புலிக்குத்தி

ராம் தங்கம்

புலிக்குத்தி	:	சிறுகதைகள்
ஆசிரியர்	:	ராம் தங்கம்
	:	© ஆசிரியருக்கு
முதற்பதிப்பு	:	டிசம்பர் 2021
அட்டை புகைப்படம்	:	மான்யு வர்மா
வெளியீடு	:	வம்சி புக்ஸ் 19, டி.எம்.சாரோன், திருவண்ணாமலை - 606 601 9445870995, 04175 - 235806
அச்சாக்கம்	:	மணி ஆப்செட், சென்னை - 600 077
விலை	:	₹ 150/-
ISBN	:	978-93-93725-08-0

Pulikkuthi	:	Short Stories
Author	:	Ram Thangam
	:	© Author
First Edition	:	December 2021
Wrapper photography	:	Manyu Varma
Published by	:	Vamsi books 19.D.M.Saron, Tiruvannamalai - 606 601 9445870995, 04175 - 235806
Printed by	:	Mani Offset, Chennai - 600 077
Price	:	₹ 150 /-
ISBN	:	978-93-93725-08-0

www.vamsibooks.com - e - mail : shylajavamsi@gmail.com

திருமதி. ரெங்கபாய் சதாசிவன் அவர்களுக்கும்
டாக்டர் N. கண்ணன் அவர்களுக்கும்

கண்ணீரும் புன்னகையும்...

கண்ணீரும் புன்னகையும் ஒருசேர வாசிப்புக்கு உள்ளாக்கிய கதைகள் அடங்கிய தொகுப்பு 'புலிக்குத்தி'. ராம் தங்கத்தின் முதல் தொகுப்பான 'திருக்கார்த்தியல்' புதிய எழுத்தாளர் ஒருவரின் தேர்ந்த எழுத்து வன்மையை வாசகருக்கு அறிமுகப்படுத்தியது. நம்பிக்கை தரும் இளம் எழுத்தாளராக அவர் வாசகப் பரப்பிலும், எழுத்தாளர்களின் மத்தியிலும் அறியப்பட்டு அத்தொகுப்பிற்காகப் பல விருதுகளையும் பெற்றுள்ளார். அடுத்து வெளியான அவரது 'ராஜவனம்' குறுநாவல் முற்றிலும் வேறான கதைக்களத்தில் பயணித்து அவரை ஒரே பாய்ச்சலில் வேறொரு தளத்திற்கு உயர்த்தியது. முந்தைய இரண்டு படைப்புகளையும்விட 'புலிக்குத்தி' முற்றிலும் வித்தியாசமானதாகவும், அதே சமயம் எழுத்தாளரின் பலமாகத் திகழும் வட்டாரமொழி வழக்கிலும் எழுதப்பட்டுள்ளது.

இத்தொகுப்பில் மொத்தம் ஒன்பது கதைகள் உள்ளன. ஒவ்வொரு கதையும் ஒரு வாழ்வியலை, ஒரு துயரை, ஒரு வரலாற்றை, ஒரு சிறுவனின் ஆன்மாவை என வெவ்வேறு களங்களைக் கொண்டுள்ளது. நாஞ்சில் நாட்டு வட்டார வழக்கும், கதைகளின் தீவிரப் போக்கும், இக்கதைகளைப் படிப்பவரின் கவனத்தை முழுக்கமுழுக்க தக்க வைக்கும் திறன் கொண்டவை. அதிலும் குறிப்பாக தலைப்புக் கதையான 'புலிக்குத்தி'. கதையின் ஆரம்பத்திலேயே ஒரு கொலையுடன் தொடங்கி, ஒரு மர்மக்

கதைக்கான பரபரப்புடன் விவரிக்கப்பட்டு, இறுதியில் மனதைக் கனக்கச் செய்யும் சம்பவத்துடன் முடியும்.

ராம் தங்கத்துக்கு அணுக்கமான கதைகள் பால்யம் பற்றியவை என்பது அவரது வாசகர் அறிந்ததே. ‘பஞ்சுமிட்டாயும் பால்ராஜ் அண்ணனும்’ கதையில் வரும் சிறுவனாகட்டும், ‘அந்நியம்’ கதையில் வரும் செந்தில் கதாபாத்திரமாகட்டும், ‘வாசம்’ கதையில் வரும் ரமேஷ் மற்றும் ‘அடைக்கலாபுரத்தில் இயேசு’ கதையில் வரும் ராஜா இவர்களை எளிதில் யாரும் மறுக்கவோ, மறக்கவோ முடியாது. ஒவ்வொரு சிறுவனின் உலகமும் வலியாலும், துயராலும், சிறுபிராயத்துச் சிக்கல்கள், சின்னச்சின்ன ஆசைகள், பிரிவு அல்லது மரணம் மற்றும் வறுமை ஆகியவற்றுடன் சேர்த்து அவர்களது உலகில் நம்மைக் கையறு நிலையில் அலைவுற வைத்திருக்கும்.

சிறுவர்களின் உலகம் விளையாட்டுகளால் மட்டுமல்ல விதவிதமான தின்பண்டங்களாலும் ஆனது. வாசம் மிகுந்த உண்ணத் தகுந்த எதுவும் அவர்களின் உமிழ்நீரைச் சுரந்துவிடக் கூடியது. ‘அடைக்கலாபுரத்தில் இயேசு’ என்ற கதையும், ‘வாசம்’ கதையும் வெகு நாட்கள் மனதை விட்டு நீங்காது என்பது உறுதி. ‘அடைக்கலாபுரத்தில் இயேசு’ கதை ஓர்மையுடனும் கூர்மையான அங்கதத்துடனும் புனையப்பட்டிருக்கும். கதையினூடே அவ்வூரின் வரைபடம் நம் கண்முன்னே காட்சிப்படுத்தப் படுவதுடன், அங்கு வாழும் மக்களின் பிரச்னைகளும் தென்படும். இக்கதை ஒரு முழுநீளத் திரைப்படத்துக்கான திரைக்கதையை உள்ளடக்கியுள்ளது.

‘காத்திருப்பு’ கதை பிரிவை, அதன் தீராத் துயரைச் சொல்லும் கதை. கதைகளில் பொதுவாக, எப்போதும் மகனின் பிரிவு தாயின் கோணத்திலிருந்துதான் சொல்லப்பட்டிருக்கும். இந்தக் கதை சற்று வித்தியாசமாக ஒரு தந்தையின் பார்வையிலிருந்து கூறப்பட்டிருக்கிறது. வழக்கம் போலவே இக்கதையை, தன் பாணியில் மிக ஆழமாக விவரித்துள்ளார் ராம் தங்கம்.

இத்தொகுப்பில் இடம்பெற்றுள்ள எல்லாக் கதைகளையும் இணைக்கும் புள்ளி பாடுகள்தான். மானுட வலியும், எதிர்ப்பார்ப்பும், ஏமாற்றமும், வாழ்வின் போதாமைகளும், ஏதுமறியாக் குழந்தைப்பருவத்தில் ஏற்படும் அதிர்ச்சிகளும், அவற்றை எதிர்கொள்ளும் மனங்களும்தான் இக்கதையின் போக்குகளை தீர்மானிப்பவை. 'பனங்காட்டு இசக்கி' என்ற கதை இத்தொகுப்பில் தனித்த குரலில் பேசும் ஒரு யட்சியின் கதை. சற்று அமானுஷ்யமாக இருந்தாலும், 'புலிக்குத்தி' கதையில் வரும் வானவியும், இக்கதையில் வரும் உடையாளும் பெண்ணாகப் பிறந்து மானத்துக்காக உயிர் நீத்து அநீதியாகக் கொல்லப்பட, எந்தப் பாவமும் அறியாத அவர்களின் கொடூர மரணம், மக்களின் குற்றவுணர்வாலும், அன்பினாலும், அதீத பயத்தினாலும் இசக்கியாக மாறி என்றென்றும் அவர்களுக்கே அருள் புரிகிறார்கள்.

இந்தத் தொகுப்பில் இடம்பெற்றுள்ள 'சாதி வாக்கு' மற்றும் 'கம்யூனிஸ்ட்' ஆகிய இரண்டு கதைகள் மிக முக்கியமானவை. சமகால சாதிய அரசியலை மிக அழுத்தமாகச் சாடும் 'சாதி வாக்கு' ஒவ்வொரு வரியும் நிஜம் பேசுகிறது. 'கம்யூனிஸ்ட்' கதை கேரளத்திலும் தமிழ்நாட்டிலும் கம்யூனிஸ்ட் கட்சி தடைசெய்யப்பட்ட காலகட்டத்தையும், எல்லாவற்றையும் மீறி அதன் வளர்ச்சியையும் படம்பிடித்துக் காட்டுகிறது. இக்கதையில் கூறப்பட்டிருக்கும் துல்லியமான விவரணைகள், செய்திகளைக் காலவரிசை மாறாமல் கூறிய நேர்த்தி ஆகியவை மிக முக்கியமானது. மேலும் இக்கதை மலையாளத்தைக் கூறுமொழியாகத் தேர்ந்தெடுத்துக் கொண்டது மிகச் சிறப்பு. இத்தொகுப்பின் ஆகச் சிறந்த கதையென இக்கதையைக் கூறலாம். காரணம் வரலாறு மிகவும் துல்லியமாகப் பதிவு செய்யப்பட்டுள்ளது.

தற்காலத்தில் சில எழுத்தாளர்கள் மேலோட்டமாகவும், புரியாத இசங்களை உள்ளடக்கியும், மொழிபெயர்ப்புக் கதைகளின் சாயலிலும் போலச் செய்து எழுதி வருகிறார்கள். நம் மண்ணின் கதைகளையும், அதன்

சாரத்தை, உயிரோட்டத்தையும் உள்ளவாறே வெகுசில எழுத்தாளர்கள்தான் பதிவு செய்கிறார்கள். அத்தகைய எழுத்துகள்தான் அசலானவை; உயிர்ப்பானவையும்கூட. அத்தகைய செறிவான கதைகளைப் புனைவதில் ராம் தங்கம் பிரதானமானவர். இத்தொகுப்பில் இடம்பெற்றுள்ள கதைகளின் உள்ளடக்கம், வடிவ நேர்த்தி, விவரணைகள், கட்டுக்கோப்பு மற்றும் அழகியலுடனான மொழிநடையுமே அதற்குச் சாட்சி. கதைகளை நேசிக்கும் வாசகர்களுக்கு மிகுந்த ஈர்ப்பினை இத்தொகுப்பு உருவாக்கிவிடும் என்பதில் சிறிதும் சந்தேகமில்லை.

உக்கிரமான படைப்புலகில் தன்னை ஒப்புக்கொடுத்த ஒருவனால் மட்டுமே இத்தகைய வலிமையான கதைகளையும், கதாபாத்திரங்களையும் உயிரோட்டமான சூழல்களையும் உருவாக்க முடியும். தன்னைச் சுற்றியுள்ள சமூகத்தையும், அதன் மதிப்பீடுகளையும், சாதியத்தையும், தன் எழுத்துகளில் பிரதிபலிக்க வைத்திருக்கும் ராம் தங்கம் ஆகச் சிறந்த கதைசொல்லியாக நம் கண்முன் நிற்கிறார். அவர் தன் கதைகள் மூலம் நமக்குக் காண்பித்த உலகம் உன்னதமானவர்களால் மட்டும் ஆனதல்ல. பிழை செய்தும், வஞ்சிக்கப்பட்டும், களவு செய்தும், தனிமைப்பட்டும், கொல்லப்பட்டும் என வாழ்வின் பல்சக்கரத்தால் நித்தம் நசுக்கப்படுகிறவர்கள். வீழ்ச்சியையும், வளர்ச்சியையும், அதே சமயம் வாழ்தலின் ருசியையும் அறிந்தவர்கள். மெல்ல இந்த உலகைத் தன் பாடுகள் மூலமே கடந்துபோகக் கூடிய வலிமை மிக்கவர்கள். அவர்கள் கோருவது நமது இரக்கத்தையோ விசாரிப்பையோ அல்ல. அவர்களுக்கேயான அந்த சின்னஞ்சிறு வாழ்க்கையைத்தான்.

வாழ்த்துகள் ராம் தங்கம்.

உமா ஷக்தி
29 நவம்பர், 2021
அம்பத்தூர்

என்னுரை...

'திருக்கார்த்தியல்' சிறுகதைத் தொகுப்பு வெளியான பிறகு எழுதிய கதைகள் இவை. இந்தத் தொகுப்பில் உள்ள 'பஞ்சுமிட்டாயும் பால்ராஜ் அண்ணனும்' என்கிற சிறுகதை 'யாவரும்' இணையதளத்தில் வெளிவந்து பல நூறு வாசகர்களால் வாசிக்கப்பட்டது. அதன்பின் வேறு எந்தக் கதைகளையும் நான் வெளியிடவில்லை. அனுபவங்கள் சார்ந்து கதைகளை எழுதுவது மனதிற்கு நெருக்கமாக இருக்கும். இந்தத் தொகுப்பில் பல கதைகள் அனுபவத்தின் வெளியிலும் அவதானிப்பிலும் எழுதப்பட்டிருக்கின்றன.

வேலைகள், பயணங்கள் எனப் பல இடங்களுக்குப் பயணித்தாலும் வாசிப்பும் எழுத்தும் என் நிலத்தில் அமர்ந்தால்தான் நிகழ்கிறது. அப்படித்தான் நான் எழுதிய எல்லாப் புத்தகங்களையும் போல இதுவும் உருவாகியிருக்கிறது. ஒவ்வொரு உரையாடலின் போதும் 'உற்சாகமாக இருங்க தம்பி, தொடர்ந்து எழுதுங்க தம்பி' என்று ஊக்கப்படுத்தும் என் வணக்கத்துக்குரிய ஆசான் எழுத்தாளர் நாஞ்சில் நாடன் அவர்களுக்கு என் பேரன்பின் நன்றிகள்.

எழுதிக் கொண்டிருக்கும் போதும், முடித்த பின்னும் கதைகள் குறித்த உரையாடலில் நிறை குறைகளைச் சொல்லி எப்போதும் என்னுடன் பயணிக்கும் என் அன்பு சகோதரர், எழுத்தாளர் முகில் அவர்களுக்கு என் பேரன்பு. இந்தக் கதைகள் எழுதப்பட்டதும் வாசித்து கருத்துகளைப் பகிர்ந்துகொண்ட உமா அம்மாவுக்கும், மொழிபெயர்ப்பாளர் கே.வி ஜெயஸ்ரீ அம்மாவுக்கும், மூணார் டாக்டர் ஜெனட் ராணி அம்மாவுக்கும், கோத்தகிரி ராதா அக்காவுக்கும், ஸ்ரீ யக்ஷாவுக்கும் என் பேரன்பும் நன்றியும்.

இந்தத் தொகுப்பில் உள்ள 'கம்யூனிஸ்ட்' கதை தொடர்பான சந்தேகங்களுக்கு விளக்கம் தந்த எழுத்தாளர் ஜெயமோகன் அவர்களுக்கும், என் அன்பு நண்பர் குலசேகரம் ராகுல் சே அவர்களுக்கும் நன்றி.

எப்போதும் என்னையும், என் எழுத்துகளையும் ஊக்கப்படுத்திக் கொண்டிருக்கும் எழுத்தாளர்கள் பொன்னீலன், வண்ணதாசன், எஸ். ராமகிருஷ்ணன், பவா செல்லதுரை, சாத்தூர் தியாகு (தியாகராஜன்), விஜயா வேலாயுதம், ஜோ டி குரூஸ், பாரதிபாலன், இரா. காமராசு, டாக்டர் வை.தினகரன், வீரசோழன்.க.சோ. திருமாவளவன், மொழிபெயர்ப்பாளர்கள் அனிதா பொன்னீலன், ப்ரியா பொன்னீலன், மருத்துவர். அழகுநீலா ஜெயராம், இளையராஜா என அனைவருக்கும் பேரன்பின் நன்றி.

இந்தச் சிறுகதைத் தொகுப்பிற்கு அணிந்துரை அளித்து, எப்போதும் என் எழுத்துகளை மகிழ்ச்சியோடு வரவேற்றுக் கொண்டாடும் எழுத்தாளர் உமா ஷக்தி அவர்களுக்கு என் நெஞ்சார்ந்த நன்றி. அட்டைப்படம் தந்த மான்யு வர்மாவுக்கும், புத்தகத்தை வடிவமைத்த மோகனா அக்காவுக்கும், பிழைத்திருத்தம் செய்த மொழிபெயர்ப்பாளர் உத்திரகுமாரன் அவர்களுக்கும், தொடர்ந்து என் புத்தகங்களை

வெளியிடும் வம்சி புக்ஸிற்கும் மொழிபெயர்ப்பாளர் பதிப்பாளர் ஷைலம்மாவிற்கும் என் பேரன்பு. ஒவ்வொரு புத்தகம் வெளிவரும் போதும் வாசகர்களாக அறிமுகமாகி நண்பர்களாக என்னோடு பயணம் செய்து, தொடர்ந்து என் எழுத்துகளை வாசித்து எப்போதும் என்னை இயங்கச் செய்து கொண்டிருக்கும் அத்தனை நண்பர்களுக்கும் என் பேரன்பும் நன்றியும்.

ராம் தங்கம்
நாகர்கோவில்
பேச. 9965275308
ramthangamngl@gmail.com

ராம் தங்கம்

ராம் தங்கம் கன்னியாகுமரி மாவட்டம் நாகர்கோவிலைச் சேர்ந்தவர். தினகரன், விகடன் போன்ற பத்திரிகைகளில் பணிபுரிந்தவர். தற்போது முழுநேர எழுத்தாளராக இயங்கி வருகிறார்.

எழுதியுள்ள நூல்கள்

1. காந்திராமன் (2015) வாழ்க்கை வரலாறு

2. ஊர்சுற்றிப் பறவை (2015) பயணம்

3. மீனவ வீரனுக்கு ஒரு கோவில் (2016) நாட்டார் வழக்காற்றியல் ஆய்வு நூல்

4. திருக்கார்த்தியல் (2018) சிறுகதைத்தொகுப்பு

5. பொன்னீலன்-80 (2019) தொகுப்பு நூல்

6. ராஜவனம் (2020) நாவல்

7. கடவுளின் தேசத்தில் (2020) பயணக் கட்டுரைத் தொகுப்பு

8. சூரியனை எட்ட ஏழு படிகள் (2020) மொழிபெயர்ப்புச் சிறுவர் கதை

9. சிதறால் (2021) வரலாற்றுக் கட்டுரைத் தொகுப்பு

10. காட்டிலே ஆனந்தம் (2021) மொழிபெயர்ப்புச் சிறுவர் கதை

11. புலிக்குத்தி (2021) சிறுகதைத் தொகுப்பு

பெற்ற விருதுகள்

தெற்கு இலக்கிய விருது (2016) காந்திராமன்

அசோகமித்திரன் விருது (2018) திருக்கார்த்தியல்

சுஜாதா விருது (2019) திருக்கார்த்தியல்

வடசென்னை தமிழ்ச்சங்கம் இலக்கிய விருது (2019) திருக்கார்த்தியல்

சௌமா இலக்கிய விருது (2019) திருக்கார்த்தியல்

படைப்பு இலக்கிய விருது (2019) திருக்கார்த்தியல்

அன்றில் வளர் தமிழ் சிறுகதையாளர் விருது (2019) திருக்கார்த்தியல்

சிங்கப்பூர் மாயா இலக்கிய வட்ட விருது (2020) ராஜவனம்

கவிஞர் மீரா இலக்கிய விருது (2021) ராஜவனம்

படைப்பு இலக்கிய விருது (2021) ராஜவனம்

திருக்கார்த்தியல் சிறுகதைத் தொகுப்பில் இடம்பெற்றுள்ள 'வெளிச்சம்' சிறுகதை நாகர்கோவில் ஹோலி கிராஸ் கல்லூரி தமிழ்த்துறை பாடத்திட்டத்தில் சேர்க்கப்பட்டுள்ளது.

உள்ளே....

1. பஞ்சுமிட்டாயும் பால்ராஜ் அண்ணனும்... 14

2. புலிக்குத்தி 30

3. காத்திருப்பு 47

4. அந்நியம் 59

5. சாதி வாக்கு 79

6. பனங்காட்டு இசக்கி 93

7. வாசம் 105

8. கம்யூனிஸ்ட் 119

9. அடைக்கலாபுரத்தில் இயேசு 141

பஞ்சுமிட்டாயும் பால்ராஜ் அண்ணனும்

இரவு மணி ஒன்பதரை இருக்கும். கண்களை மூடிப் படுத்திருந்த ஜீவாவுக்கு உறக்கம் வரவில்லை. தொய்ந்து போன கொச்சங்கயிற்றுக் கட்டிலில் படுத்திருந்த அவனது அப்பா சத்தியதாஸின் குறட்டைச் சத்தம் இடைவிடாமல் எழுந்து கொண்டிருந்தது. கரைத்துணி கிழிந்துபோன கோரைப் பாயில் ஒருக்களித்துப் படுத்தான்.

தூர்தர்ஷன் பொதிகையில் வெள்ளிக்கிழமை என்பதால் தமிழ்ப்படம் போட்டிருப்பார்கள். தலைமாட்டில் ஒன்பது மரக்கட்டைத் துண்டுகளால் ஆணி வைத்து அடித்து, அப்பா செய்த மர நாற்காலியில் சின்ன பிளாக் அன் ஒயிட் டிவி இருந்தது. இதற்கு முன்னால் மரக்கள்ளிப் பெட்டியின்மேல் டிவியை வைத்திருந்தபோது பெட்டி நெளிந்து டிவி கீழே விழுந்தபின் ஓடவில்லை. சுவிட்ச் போட்டால் திரையின் குறுக்காக நடுமத்தியில் வெள்ளைக் கோடு விழுந்து ''கிர்'' எனச் சத்தம் கேட்கும். டிவி ஓடிய காலத்தில் குளிமுறிக்குப் பக்கத்தில் காத்தாடிக் கம்பில் மாட்டியிருக்கும் ஆண்டனாவைத் திருக்கிக் கொண்டு இரைச்சல்

புலிக்குத்தி 14

இல்லாமல் சக்திமானையும், செய்திகளையும் அவன் பார்த்ததுண்டு. காணாமல் போனவர்கள் பற்றிய அறிவிப்பு வரும்போதெல்லாம் ஒருவித பயம் தொற்றிக் கொள்ளும்.

அவனது வீடு சின்ன வீடுதான். பனைமரத் தடிகளால் ஆன உத்திரத்தின் மேல், தென்னை ஓலைக்கூரை வேயப்பட்டிருக்கும். மேற்குப் பார்த்த வீட்டின் வாசலுக்கு பாமாயில் டின்னைக் கீறிப் பிளந்து, விரித்து, பட்டி அடித்த தகரக் கதவு. உள்பக்கக் கொண்டியைப் போடும்போது 'டொக்' எனச் சத்தம் கேட்கும். வீட்டுக்குள் ஆறு எட்டு வைக்கும் அளவிற்கு ஒரே ஒரு அறைதான். அதன் இடதுபக்க உள்மூலையில் விறகு அடுப்பு இருக்கும். அதனால் அந்தப் பக்கச் சுவர் மட்டும் புகைக்கரியால் பூசியது போல கருப்பாக இருக்கும். ஒரு அட்டைப் பெட்டியில் அழுக்குத் துணியும், ஒரு கள்ளிப் பெட்டியில் தோய்த்த துணியும் போட்டு வைத்திருப்பார்கள்.

ஜீவாவின் வீட்டுக்கு எதிரே ஒரு திண்ணை வீடு அதற்கு அடுத்து ஒரு வீடு, ஜீவா வீட்டுக்கு இடதுபக்கம் ஒரு வீடு, இந்த நாலு வீடுகளும் சேர்ந்ததுதான் நடுத்தெரு வாத்தியார் காம்பவுண்ட். எதிரே உள்ள இரண்டு வீட்டுக்குள்ளும் கழிப்பறை உண்டு. ஜீவா வீட்டுக்கும், அடுத்த வீட்டுக்கும் கழிப்பறை கிடையாது. குளிமுறிதான் உண்டு. பகலில் ஒண்ணுக்கு வந்தால் குளிமுறியில் போய் மூத்திரம் பெய்து விட்டு நெளிந்துபோன அலுமினிய வாளியில் நிரம்பியிருக்கும் அடிபம்புத் தண்ணியை ஒரு செரிலாக் டப்பா நிறையக் கோரி விடுவார்கள். வீட்டுக்குப் பின்பக்கம் போகும் மடை வழியாகத் தெருவில் போகும் சாக்கடையில் மூத்திரமும் தண்ணீரும் சேர்ந்துபோய் கலக்கும். அப்போது சாக்கடையின் நாற்றம் மேலெழும்பும்.

வீடு செம்மண் கட்டு என்பதால் பின்பக்க மடையை ஒட்டி எலி வீட்டுக்குள் துளை எடுத்து, யாருக்கும் தெரியாமல் வந்து போய்க் கொண்டிருக்கும். எலித்துளையை அடைக்க ஜீவா அடிக்கடி

சிறியளவுள்ள கருங்கல்லைக் கொண்டு அடைத்து வைப்பான். எலி வீட்டுக்குள் அங்கும் இங்கும் ஓடுவதில் சின்னச் சின்னப் பாத்திரங்கள் சிதறிக் கிடக்கும். கழுவிய பாத்திரங்களைச் சுவரில் இரண்டு பெரிய ஆணி வைத்து அடித்து, அதில் இரண்டு துண்டு கொச்சங்கயிறு கட்டி கயிற்றின் குறுக்கே கொஞ்சம் வீதிப் பலகையைச் சொருகி, அதில் அடுக்கி அப்பா சத்தியதாஸ் வைத்திருப்பார்.

அதனிடையில் பாதிமுறித் தேங்காயை மறைத்து வைத்திருப்பார். அதைத் தேடிப்போய் எலி கரம்பிவிடும். கரம்பிய தேங்காய் முறியைப் பார்த்ததும், 'தேவுடியா பயலுக்க எலியக் கொல்லாம வுடக்கூடாது' எனத் திட்டிக்கொண்டே எதிர் வீட்டு ராணி அக்காவிடம் எலிப்பொறியைக் கேட்டு வாங்கி, அதில் ஒரு துண்டுத் தேங்காயைச் சுட்டு மாட்டி வைப்பார். ராத்திரியில் சர்வ சாதாரணமாக வந்துபோகும் எலி, பகலில் பொறியில் மாட்டி விடும். பள்ளி முடிந்து வீட்டுக்கு வரும் ஜீவா கதவைத் திறந்ததும், குடுகுடுப்பைக்காரனின் உடுக்குச் சத்தம் போலப் பொறியில் மாட்டிய எலி அலைமோதும் சத்தம் கேட்கும்.

சிரித்தபடியே வலது கையில் விறகுக் கட்டையை எடுத்துக்கொண்டு, இடது கையால் எலிப்பொறியைத் தூக்குவான். மெதுவாக வெளியே வந்து குத்த வைத்து பொறியைத் திறக்க, வெளியே வரும் எலியை அடிக்க கட்டையை ஓங்குவான். பொறி லேசாகத் திறந்ததும் சுதாகரித்துக் கொள்ளும் எலி, ஒரே பாய்ச்சலில் சாக்கடைக்குள் விழுந்து மடை வழியாக ஏறி ஓட்டை வழியாக மறுபடியும் வீட்டுக்குள் சென்று மறையும். இது ஒருமுறை அல்ல. அவன் எப்போதெல்லாம் எலிப்பொறியைத் தூக்குகிறானோ, அப்போதெல்லாம் இப்படித்தான். அப்பா சத்தியதாஸ் பல எலிகளைக் கொன்றிருக்கிறார். அதுபோல ஒரு எலியையாவது கொன்றுவிட வேண்டும் என முயன்று அவன் தோற்றே இருக்கிறான்.

வீட்டில் சணல் சாக்கு விரித்து அதன்மேல் இரண்டு மைதாமாவு சாக்கில் புளி இருக்கும். சத்தியதாஸ் சைக்கிளில் புளி வியாபாரம் செய்கிறார்.

அதனால் எப்போதும் வீடு நிறைய புளி மணம் நிறைந்திருக்கும். பெரிய பனையோலைக் கிடவத்தில் வைத்து தெருத்தெருவாகப் புளி விற்கக் கொண்டு போனால் சாயங்காலக் கருக்கலில்தான் வீடு வருவார். வந்ததும் மேல் கழுவிவிட்டு அரிசி கழுவி, சோறு பொங்கி ஏதாவது குழம்பு வைப்பார். பாதிநாள் ரசமும் சோறும்தான் ராத்திரி உணவு. சிலநேரம் புளி கரைத்து, அதில் ஐந்து சொட்டு தேங்காய் எண்ணெய் விட்டு, இரண்டு சின்ன உள்ளியும், பச்சை மிளகாயும் அரிந்து போட்டு கலக்கி, சுடுசோறும் சுட்ட சாளைக் கருவாடுமாகத் தின்னும்போது அது மணிமேடை ஆசாத் ஓட்டல் பிரியாணிக்கு நிகராக ஜீவாவுக்கு இருக்கும்.

இரண்டு ஆண்டுகளுக்கு முன்புவரை தினம்தோறும் மீன்குழம்பு, ரசம், பருப்பு, சாம்பார் என விதவிதக் குழம்புகளாய் அவனுக்கு அம்மா ஜெயா ஆக்கிப் போட்டாள். அவன் மூன்றாம் வகுப்பு படிக்கும்போது ஒருநாள் அவர்கள் குடியிருக்கும் காந்திநகர் நடுத்தெருவில் உள்ள பார்வதியின் வீட்டில் அலறல் சத்தம் கேட்டது. மதியம் என்பதால் தெரு கொஞ்சம் அமைதியாக இருந்தது. வீட்டுக்கு வெளியே பாத்திரம் கழுவிக் கொண்டிருந்த ஜெயா, பார்வதி வீட்டுக்கு ஓடிப் போனாள். கதவு திறந்து கிடந்தது.

உள்ளே ஒருவன் அரிவாளோடு ஆவேசமாக நின்று கொண்டிருந்தான். பார்வதி பன்னிரெண்டாவது படித்து முடித்துவிட்டு கல்லூரிக்குப் படிக்கப் போகவில்லை. பள்ளிக்கூடத்தில் படிக்கும்போதே ஒருவன் காதலிக்கிறேன் எனத் தொந்தரவு பண்ணியிருக்கிறான். அவன்தான் விரக்தியில் பார்வதியை வெட்ட வந்திருக்கிறான். ஜெயா வீட்டுக்குள் போனதும் அவன் பதற்றமடையாமல் ‘தேவுடியா, ஒன்னக் கொல்லாம விடமாட்டேன்டி’ என அரிவாளை வீசியபடியே நின்றான். ஜெயா பயப்படாமல் பார்வதியை அணைத்தாள். பார்வதி, ஜெயாவின் பின்னால் ஒளிந்து கொண்டாள். அவன் கோவத்தில் பார்வதியை வெட்ட அரிவாளை வீச, அது ஜெயாவின் கழுத்தில் வெட்டிச் சொருகிக் கொண்டது. வெட்டியவன் வேகமாக ஓட்டம் பிடித்தான்.

பார்வதி அலறியபடியே மூலையில் உட்கார்ந்தாள். ஜெயா கழுத்தில் அரிவாளோடு அப்படியே தரையில் விழுந்தாள். அவளின் ரத்தம் தரையில் படர்ந்து கொண்டிருந்தது. பக்கத்து வீடுகளில் இருந்து வந்தவர்கள் ஜெயாவைத் தூக்கினார்கள். கோழியின் தலையை வெட்டும்போது துடித்து அடங்குவதுபோல இரண்டு தடவை ஜெயாவின் உடல் துடித்து அடங்கியது. உயிர் பிரிந்தது. ஆனால் கண்கள் மூடவில்லை. அப்போது ஜெயா ஆறுமாதக் கருவை வயிற்றில் சுமந்திருந்தாள்.

ஜெயாவின் இறப்புக்குப் பின் சத்தியதாஸ்தான் சமையல். ஜீவா அது வேணும், இது வேணும் என்று கேட்பது இல்லை. தினமும் சாயங்காலம் சோறு பொங்கி இரண்டு பேரும் சாப்பிட்டு மீந்த பழையதை மறுநாள் காலையிலும் குடித்து, மத்தியானத்துக்கு வாளியிலும் சத்தியதாஸ் கொண்டு போவார். ஜீவா மதியம் பள்ளியில் சாப்பிடுவான்.

காலையில் தினமும் கள்ளர் குளத்தில் குளிக்க சத்தியதாஸ், ஜீவாவைக் கூட்டிக் கொண்டு போவார். கன்னியாகுமரி மாவட்டம் திருவிதாங்கூர் சமஸ்தானத்தோடு இருந்தபோது நாகர்கோவில் ஜெயிலில் உள்ள கள்ளர்களையும் மற்ற கைதிகளையும் காந்திநகர் குளத்துக்குதான் குளிக்க அழைத்து வருவார்கள். அதனாலேயே காந்திநகர் குளத்துக்குக் கள்ளர்குளம் என்று பெயர் வந்துவிட்டது.

வடசேரி பில்டர் ஹவுசில் உள்ள தண்ணீர்தான் கள்ளர் குளத்துக்கு வரும். குளம் அரை கிலோமீட்டர் நீளத்துக்கும் அதிகமாக இருக்கும். குளத்தங்கரையில் கிடக்கும் மலத்தைத் தின்பதற்காகவே பன்றிகள் கூட்டம் கூட்டமாக உலாவும். மல வாடையும், பன்றி உட்டை வாடையும் சேர்ந்து குளத்தங்கரையின் இடதுபகுதி அகோர வாடை வீசும். ஆசுவாசமாக மலம் கழித்துக் கொண்டிருக்கும்போது பன்றிகள் பின்னால் இருந்து இடித்துத் தள்ளி மலத்தின் மேல் விழுந்தவர்கள் காந்திநகரில் அதிகமுண்டு.

இந்தப் பன்றிகளை வாரம்தோறும் சனிக்கிழமை ராத்திரி பிடித்து கால்களைக் கட்டிக் குளத்தங்கரையின் வலதுபக்கம் இருக்கும் நேருநகர்

ரோட்டுக்குக் கொண்டுபோய், பன்றியின் கழுத்தை அறுத்துவிட்டு தென்னைஓலையில் தீ வைத்து பன்றியின் முடிகளை வக்கிவிட்டு, கொதிக்கக் கொதிக்க வெந்நீர் ஊற்றி, பார்பர் தாடி செறைக்கும் சவரக்கத்தி கொண்டு பன்றியின் உடலை நன்றாக மழித்து, மறுபடி வெந்நீர் ஊற்றிக் கழுவி நேர் பாதியாக அறுத்து, ஞாயிற்றுக்கிழமை காலேஜ் ரோட்டில் கடை போடுவார்கள். ஹோம்சர்ச் பிரேயர் முடிந்து வருபவர்களில் சிலரும் நாகர்கோவிலைச் சுற்றியுள்ள பலரும் பன்றிக்கறி வாங்க குமிவார்கள். அதில் டாக்டர், வக்கீல், இஞ்சினியர் என சமூக அந்தஸ்தில் உள்ளவர்களின் தலைகள்தான் அதிகம் தென்படும். காந்திநகர்க்காரர்கள் பன்றிக்கறியை ‘கட்டக்கால் இறைச்சி’ என்றுதான் சொல்லுவார்கள்.

வழக்கமாக, கள்ளர் குளத்தில் குளித்துவிட்டு வீட்டுக்குப் போய், பழைய கஞ்சியில் சின்ன உள்ளியோ அல்லது நேற்று வைத்த குழம்பையோ வைத்துத் தின்றுவிட்டு சத்தியதாஸ் புளி விக்கப் போவார். ஜீவா சர்ச் தெருவில் உள்ள கிறிஸ்து தொடக்கப்பள்ளிக்குப் போவான். பள்ளிக்கூடத்தைச் சுற்றி நிற்கும் தென்னைமர மட்டைகள் விழுந்து ஓடுகள் உடைந்திருக்கும். அதனால்தான் ஊரில் அதை ஓட்டைப் பள்ளிக்கூடம் என்று சொல்லுவார்கள்.

காந்திநகர், அம்பேத்கர் நகர், நேரு நகரில் உள்ள மாணவர்கள்தான் அந்தப் பள்ளியில் படிக்கிறார்கள். அங்கு ஐந்தாம் வகுப்புவரைதான் உண்டு. அதன்பிறகு படிக்க ஹோம்சர்ச்சுக்கோ, டதிக்கோ, ஸ்காட்டுக்கோ, எஸ்.எம்.ஆர்.விக்கோ, அல்லது எஸ்.எல்.பி.க்கோதான் போக வேண்டும். ஓட்டைப் பள்ளிக்கூடத்தில் யாரையும் பெயில் ஆக்கமாட்டார்கள். ஏதாவது பெற்றோர் சொன்னால்தான் பெயில் ஆக்குவார்கள். ஜீவா நன்றாகப் படிக்கிறவன். அதனால் தலைமையாசிரியர் ரோஸ்மேரி எதற்கெடுத்தாலும், ஜீவாவையே அழைத்துக் கொண்டிருப்பார். ஜீவா புது நிறம். எப்போதும் சிரித்த முகம். ஐந்தாம் கிளாஸ் மாணவனுக்கான உயரம். யாரிடம் பேசினாலும் சிரித்துக் கொண்டே பேசுவான். நீலநிற நிக்கரும்,

வெள்ளைச் சட்டையும்தான் யூனிஃபார்ம். அவன் போடும் துணிகளில் அழுக்கு இருக்காது. இமைக்காமல் நெடுநேரம் கவனிப்பான். அவனது உள்வாங்கும் திறனைக் கண்டு பாடம் நடத்தும் டீச்சர்கள் அவனைப் பார்த்தே பாடம் எடுப்பார்கள்.

எப்போதும் போல அவன் ஒண்ணாம் ரேங்க்தான். பள்ளி முடிந்ததும் யார் கடைக்குப் போகச் சொன்னாலும் போவதும், பாத்திரம் கழுவுவதும், குளிமுறிக்குத் தண்ணீரைச் சின்ன வாளியில் பிடித்து வைப்பதும் அவன் வேலை. சத்தியதாஸ் வரும் முன்னால் வீட்டைத் தூத்துப் போட்டு, குப்பைகளை அள்ளி சாக்கடையில் தட்டி, பாத்திரங்களையும் கழுவி வைத்துவிடுவான். அப்போது தெருவில் உள்ள சில வீடுகளில் டிவி ஓடும் சத்தம் கேட்கும். அந்த வீடுகளின் அடைக்கப்பட்ட பாதிக் கதவுகளில் தொங்கிக்கொண்டு தலையைச் சாய்த்து வெளியே நின்று டிவி பார்ப்பான்.

'கதவுல தொங்காதடே, வீட்டுக்குள்ள வந்து டிவியப் பாரு' என்று யாராவது எப்போதாவது சொல்வதுண்டு. அப்படியே போய் டிவி பார்க்கும்போது வீட்டில் திண்பண்டமோ, காபியோ குடிக்கப் போகிறார்கள் என்றால் 'ஏ ஜீவா, அன்னா ஒனக்க அம்மெ கூப்புடுகாலே, சத்தம் காதுல உழலயா? சட்டுன்னு ஓடிப்போ' என்று சொல்வார்கள். வேகமாக எழுந்து 'இன்னா வாரேம்மா' என்று கத்திக்கொண்டே அவன் ஓடுவான். வீட்டுக்கு வந்த பிறகுதான் அவன் அம்மா இறந்து போனது நினைவுக்கு வரும். மறுபடி டிவி பார்த்த வீட்டுக்குப் போனால் அங்கு கதவு உள்பக்கமாகப் பூட்டியிருக்கும். அமைதியாக வீட்டுக்கு வந்து புளி மடக்கிக் கொடுக்க வைத்திருக்கும் பழைய பேப்பர்களை வாசித்துக் கொண்டிருப்பான்.

தெருவில் குழந்தைகள், அவர்களின் அம்மாவிடம் விளையாடிக் கொண்டிருந்தாலோ, கொஞ்சிக் கொண்டிருந்தாலோ அதைப் பார்க்கும் அவனுக்கு முகத்தில் சோகம் அப்பிக் கொள்ளும். பல நேரம் கதவைக் கொண்டிப் போட்டுக் கொண்டு 'அம்மா அம்மா' என்று அழுவான். சில

ராத்திரிகளில் அவன் அப்படி அழுதால் சத்தியதாஸ் அவனை இறுக்கி அணைத்துக் கொள்வார்.

ஜெயாவின் இறப்புக்கு முன்புவரை குடித்துக் கொண்டிருந்த சத்தியதாஸ் அதன்பின் குடிப்பதில்லை. வீட்டுக்கு வரும்போது நூறு கிராம் மிக்சரோ, காரசேவோ வாங்கிக் கொண்டுவருவார். ஆனால் ஜீவாவுக்கு விருப்பமெல்லாம் பால்ராஜ் அண்ணன் விற்கும் பஞ்சுமிட்டாய் மீதுதான். இது ரோஸ்கலர் பஞ்சுமிட்டாய் இல்லை. வெள்ளைக்கலர் சோன்பப்டி. அதுதான் நாகர்கோவில்வாசிகளுக்குப் பஞ்சுமிட்டாய். அதையேதான் பாம்பே மிட்டாய் என்றும் சொல்வார்கள்.

பால்ராஜ் அண்ணன் கட்டையான, குண்டான உருவம், புதுநிறம். முகத்தில் ஒரு தேடல், உதட்டில் கொஞ்சம் புன்னகை. எப்போதும் டக்இன் பண்ணி கையில் கோல்ட் கலர் வாட்சும், விரலில் மோதிரமும், கழுத்தில் செயினோடும்தான் தள்ளுவண்டியைத் தள்ளிக்கொண்டு போவார். உள்பனியன் போட்டிருப்பதால் செயின் வெளியே தெரியாது. புகை, குடியென எந்தக் கெட்டப் பழக்கமும் அவரிடம் கிடையாது. யாரிடமும் குரலை உயர்த்திப் பேசுவதும் கிடையாது.

பால்ராஜ் அண்ணனுக்குக் கல்யாணமாகி இரண்டு குழந்தைகள் உண்டு. அவரும், ஜீவாவின் அம்மாவும் தொடக்கப்பள்ளியில் ஒன்றாகப் படித்தவர்கள். ஜீவாவின் தாத்தா தங்கராஜூம், பால்ராஜ் அண்ணனின் அப்பாவும் நண்பர்கள். இருவரும் சேர்ந்துதான் வடசேரி சந்தைமேட்டில் கை வண்டி இழுத்தார்கள். பால்ராஜ் அண்ணன் எல்லோரிடமும் அன்பாகப் பழகுபவர். இரக்க குணம் உள்ளவர். அவர் பன்னிரெண்டு வயதிலேயே குடும்பக் கஷ்டத்தில் வேலைக்குப் போய்விட்டார். வேலை என்றால் தெருத்தெருவாக ஐஸ் விற்பதுதான். சின்ன ஐஸ்பெட்டியைப் பையில் வைத்து தோளில் சுமந்து கிலுக்கிக் கொண்டே ‘ஐஸ் ஐஸ்’ என்று கத்திக்கொண்டு போவார். ஐஸ் விற்கப் போகும்போது சில பிள்ளைகள்

வாங்குவார்கள். அம்மா இல்லாததோ, அப்பா இல்லாததோ அவர் பின்னாடியே 'ஐஸ் ஐஸ்' என்று கத்திக் கொண்டு போகும். அப்போது மனசு கேக்காமல் ஆளுக்கு ஒரு குச்சி ஐஸ் கொடுத்து விடுவார். அந்தப் பழக்கம் பஞ்சுமிட்டாய் விற்க வந்த பிறகும் மாறவில்லை.

அவர், காந்திநகர் நடுத்தெருவில் கடைசியில் உள்ள மோட்டார் ரூமுக்கு எதிரே வடக்கு பார்த்த வாசல் ஓட்டு வீட்டைத்தான் குடோனாக வாடகைக்கு எடுத்துப் பயன்படுத்தி வந்தார். வீட்டுக்கு வெளியே சாணி மொழுகிய திண்ணை. வெளிப்பக்கச் சுண்ணாம்பு பூசிய சுவரில், சுண்ணாம்பு இளகி செம்மண் சுவர் காட்சி தரும். முன்னால் ஒரு தென்னை மரமும் கொய்யா மரமும் நிற்கும்.

காலை பதினோரு மணிக்கெல்லாம் பால்ராஜ் அண்ணன் வந்து விடுவார். வந்ததும் சாரத்தைக் கட்டிக்கொண்டு பஞ்சுமிட்டாய் செய்யத் தொடங்குவார். வீட்டுக்குள் போட்டிருக்கும் பெரிய விறகு அடுப்பில், இரும்புச் சட்டியில் டால்டாவைக் கிண்டி அதன்மீது மைதா மாவைத் தட்டி நன்றாக வறுத்து தனியாக வைத்துவிட்டு, மறுபடி சட்டியைக் கழுவி தண்ணீர் ஊற்றிச் சூடாக்கி, அதில் சீனியைத் தட்டி சீனிப்பாகு காய்ச்சுவார். சீனிப்பாகிலேயே மூணு பருவம் உண்டு. பஞ்சுமிட்டாய்க்கு மிட்டாய் பருவத்தில் காய்ச்சுவார். அது நூல்மாதிரி வரும். அதைப் பெரிய வீதியான அலுமினிய டிரேயில் ஊற்றுவதற்கு முன்னால் அதில் முழுக்க டால்டாவைத் தடவி விடுவார். டிரே முழுதும் சீனிப்பாகு படர்ந்து விடாதபடி கொஞ்ச இடத்தில் கயிறு போட்டு அணை போடுவார். அதற்குள் சீனிப்பாகை ஊற்றும்போது சர்க்கரைப் பாகு மாதிரித் தெரியும். அதற்குமேல் வறுத்த மைதாவையும் பொடித்து வைத்திருக்கும் ஏலக்காய்ப் பொடியையும், கொஞ்சம் பைனாப்பிள் எசன்ஸையும் ஊற்றுவார்.

மைதாமாவைச் சேர்த்து சீனிப்பாகைப் பெரிய வட்டமாகப் பிடித்து விடுவார்கள். சீனிப்பாகின் சூட்டில் உள்ளங்கை பொத்து விடுவதுபோல் இருக்கும். ஆனாலும் நான்கைந்து பேர் சேர்ந்து இழுப்பார்கள். வளையம்

போல பெரிதாகிப் பெரிதாகிப் போகும்போது, அதை எட்டுபோல வளைத்து மறுபடி 'ஓ' போல டிரேயில் போடுவார். மீண்டும் மைதாமாவு சேர்த்துப் பிரட்டி சின்னவளைய சீனிப்பாகை பெரியவளையமாக மாற்றுவார்கள்.

சீனிப்பாகுவும், மைதாமாவும் சேர்ந்து கோல்டன் கலரில் மாறிவிடும். இழுக்க இழுக்க நூல்மாதிரி பக்குவம் வந்ததும், நேர்பாதியாக வெட்டி டிரேயிலேயே உதறுவார். அது பொடிந்து பொடிந்து கொச்சங்கயிறு தும்புபோல விழும். அதைப் பெரிய கண்ணாடிக் குடுவையில் அள்ளி வைத்து காற்று புகாதபடி மூடி வைப்பார். டிரேயில் இருக்கும் உதிரிமாவுப் பொடிகளை, பஞ்சுமிட்டாய் இழுக்க வந்தவர்களுக்கு ஆளுக்குக் கொஞ்சம் பேப்பரில் பொதிந்து கொடுப்பார்.

விடுமுறை நாட்களில் ஜீவா வீட்டுத்தெருவில் உள்ள எட்டாம் வகுப்புக்குமேல் படிக்கும் மாணவர்களும், மாணவிகளும் பஞ்சுமிட்டாய் இழுப்பார்கள். அதற்காக குடோன் முன்னால் காந்திநகர் மாணவர்களில் குறைந்தது பதினைந்து பேராவது குவிந்து கிடப்பார்கள். அண்ணன் ஆள் தேர்வு செய்வதே தனி அழகுதான். எல்லோரும் வரிசையாக நிற்பார்கள். சாரத்தை மடித்துக் கட்டாமல் மேல்நோக்கி தூக்கிக் கட்டிக்கொண்டு பார்த்துக் கொண்டே வருவார். உயரம் அதிகமாகவும், பெரிய பையனாகவும் தெரிய அட்டென்ஷனில் உள்மூச்சு வாங்கியபடி நிற்பவர்களில் ஐந்து அல்லது ஆறு பேரைத் தேர்ந்தெடுப்பார். அவர்களின் முகத்தில் மகிழ்ச்சி மலர்ந்திருக்கும். தேர்ந்தெடுக்கப்படாத சில சிறுவர்கள் போய்விடுவார்கள். ஆனாலும் நான்கைந்து பேர் வெளித் திண்ணையில் உட்கார்ந்து இருப்பார்கள்.

பஞ்சுமிட்டாய் இழுத்து முடித்ததும், கூலியாக உதிரி மாவுப் பொடியை இழுத்தவர்களுக்குக் கொடுத்தனுப்புவார். திண்ணையில் இருக்கும் சிறுவர்களைப் பார்த்து 'இருந்துக்கங்கடே இப்ப வாரேன்' என்று சொல்லிவிட்டு உள்ளேபோய் உதிரிப் பஞ்சுமிட்டாய்ப் பொடிகளைக்

கொஞ்சம் கொஞ்சமாக பேப்பரில் பொதிந்து வெளியே கொண்டுவந்து அவர்களிடம் கொடுப்பார். அந்த நிமிடம் சிறுவர்களுக்கு சர்ச் தெரு இயேசுவைவிட, நடுத்தெரு சுடலைமாடனைவிட உயரமாக பால்ராஜ் அண்ணன் தெரிவார்.

பள்ளிக்கூடம் இருக்கும் நாட்களில் நடுத்தெருப் பெண்களில் சிலர் பஞ்சுமிட்டாய் இழுக்கப் போவார்கள். ஜீவாவின் அம்மா ஜெயா இருக்கும்போது தினமும் பஞ்சுமிட்டாய் இழுக்கப் போவாள். அதனால் ஜீவாவுக்கு தினமும் உதிரி பஞ்சுமிட்டாய்ப் பொடி கிடைக்கும்.

பால்ராஜ் அண்ணன் சாயங்காலம் நாலரை மணிக்குமேல் தள்ளுவண்டியில் பெட்ரோமாக்ஸ் லைட் வைத்துக் கட்டிக்கொண்டு பஞ்சுமிட்டாய் இருக்கும் கண்ணாடிக் குடுவையைத் தூக்கி வைப்பார். சின்ன சைஸ், பெரிய சைஸ் என கிழித்து வைத்த தினத்தந்திப் பேப்பரை எடுத்து வண்டியில் வைத்து, அது பறந்துவிடாதபடி அதன்மேல் படிக்கல்லைத் தூக்கி வைப்பார். வண்டியின் கீழ்பக்கத்தில் மணியை மாட்டி அதன் கயிறை, வண்டி தள்ளும் கைப்பிடியில் கட்டுவார். வண்டியில் சிறிய வெற்றிலைப் பெட்டி டப்பாவை வைப்பார். அதுதான் அவரது கல்லாப்பெட்டி. அதனருகே மிச்சமிருக்கும் பஞ்சுமிட்டாய் உதிரி மாவுப் பொடிகளை ஒரு கவரில் எடுத்து சுருட்டி வைப்பார்.

மறுபடி குளித்துவிட்டு பேண்ட் சர்ட் போட்டு, டக்இன் பண்ணி காலரில் அழுக்கு படியாதபடி கழுத்தில் கர்ச்சீப்பைச் சுற்றிக்கொண்டு வீட்டுக் கதவைப் பூட்டிவிட்டு, மெதுவாக வண்டியைத் தள்ளி சி.எஸ்.ஐ சர்ச் முன் வந்து, திரும்பி சர்ச் தெரு வழியாக நடக்கத் தொடங்குவார். அப்போது மணி அடிக்க மாட்டார். அவரைப் பார்த்த சர்ச் தெருவில் உள்ள ஒருசில சிறுவர்கள் பஞ்சுமிட்டாய் வாங்குவார்கள். காந்திநகர் தாண்டினாலே மணி அடித்துக்கொண்டு போவார். வண்டி, அருந்ததியர் தெரு வழியாக கிருஷ்ணன்கோவில் பக்கமோ, அல்லது பிஎஸ்என்எல் குவாட்டர்ஸ் காலனி வழியாகவோ பயணிக்கும். இருட்டுவதற்கு முன்னால்

கருக்கலிலே பெட்டர்மாஸ் லைட் கொளுத்துவார்.

சில ஊர்களில் வண்டியைச் சுற்றியே சிறுவர்கள் வட்டமிட்டுக் கொண்டிருப்பார்கள். சில சிறுவர்கள் பஞ்சுமிட்டாய் வாங்கினால், மிட்டாய் வாங்க காசு இல்லாத சிறுவர்கள் பஞ்சுமிட்டாயைப் பார்த்தே நாக்கில் ஊறும் எச்சிலை அமிழ்த்தி, தொண்டைக்குக் கீழ் இறக்குவார்கள். இதையும் பால்ராஜ் அண்ணன் பார்த்துக் கொண்டிருப்பார். அவர்களுக்கு உதிரிப் பஞ்சுமிட்டாய் மாவுப் பொடிகளை கவரிலிருந்து அள்ளிக் கொஞ்சம் கையில் கொடுப்பார். அவ்வளவுதான் அவர்களின் கால் தரையில் படாது.

கையில் இருக்கும் மாவை நக்கும்போது அவர்களுக்கு எச்சில் சுரந்துவிடும். யாரும் அவருக்கு நன்றி சொல்ல மாட்டார்கள். அவரும் அதை எதிர்பார்க்க மாட்டார். 'எல்லாரும் நேரா வீட்லப் போய் படிங்க' என்று சொல்லி அனுப்புவார். அந்தநேரம் சட்டை போடாமல், கிழிஞ்ச நிக்கரைப் போட்டுக்கொண்டு மூக்கை உறிஞ்சிக் கொண்டிருக்கும் சிறுவர்களுக்கும் பால்ராஜ் அண்ணன் சொந்தக்காரர் ஆகி விடுவார்.

அந்தத் தெருவில் இருந்து வெளியே வண்டி போனபின்தான் அவர்களின் ஆட்டம் அடங்கும். ஒருவன் 'மாமா, போயிட்டு வாங்க. டாட்டா' என்று சொல்லுவான். இன்னொருத்தன் 'தாத்தா, இனி என்னைக்கு வருவீங்க?' என்று கேட்பான். 'நாளை கழிச்சு எங்க கோயில்ல கொடி ஏறுது. அப்போ வருவீயளா?' என்று ஒரு சத்தம் கேட்கும். எல்லாத்துக்கும் சிரித்தபடியே 'சரி சரி' என்று சொல்லிவிட்டு அடுத்தத் தெருவுக்குக் கடந்து போவார்.

அங்கும் மணி அடிக்கும் சத்தம் கேட்டால் அவ்வளவுதான், சிறுவர்களின் கூட்டம் கூடிவிடும். 'அண்ணே, நா வண்டியத் தள்ளட்டுமா?' என்று ஒருத்தன் கேட்பான். 'மாமா நா மணி அடிக்கட்டுமா?' என்று இன்னொருவன் கேட்பான். 'பஞ்சு மிட்டாய்... பஞ்சு மிட்டாய்...' எனச் சிறுவர்கள் வண்டியின் முன் கத்திக் கொண்டே

போவார்கள். எல்லாத் தெருவைப் போல, ஊரைப் போல காசு இருப்பவர்கள், பஞ்சு மிட்டாய் வாங்கிக்கொண்டு வீட்டுக்குப் போவார்கள். மிட்டாய் வாங்க காசு இல்லாத சிறுவர்கள் பால்ராஜ் அண்ணனோடு நெருக்கமாக நிற்பார்கள்.

எல்லா ஊரிலும் பால்ராஜ் அண்ணனிடம் ஏதாவது ஒரு சிறுவன் ‘அண்ணே, இந்த எல்லா பஞ்சுமுட்டாயும் எத்தர ருவா?’ என்று கேட்காமல் இருந்தது இல்லை. ‘அண்ணே, வளந்த பொறவு நானும் ஒங்ககூட பஞ்சுமிட்டாய் விக்க வரட்டுமா?’ என்று கேட்ட சிறுவர்களும் உண்டு. தெருக்களின் குறுக்கே ஒரு சின்ன ஓடை வந்தாலும், ‘அண்ணே, ஓட... ஓட...’ என்று கத்துவார்கள். யாராவது தொடர்ந்து வந்து கொண்டிருந்தால் ‘ஏ மக்கா, என்னடே படிக்க? வீட்ல யார் யாரெல்லாம் இருக்கா? நல்லாப் படிக்கியா?’ என்று அவர் கேட்பார்.

கொஞ்ச வருஷம் முன்புவரை அவர் வண்டிக்கு முன் கத்திக்கொண்டு போன சிறுவர்கள் வளர்ந்தபோதும், தெருவில் எதிரே வந்தால் சிரித்தபடியே வருவார்கள். ‘ஏ நல்லா இருக்கியா? நல்லா படிக்கியா?’ என்றுதான் அவர்களிடம் பால்ராஜ் அண்ணன் விசாரிப்பார்.

யாரிடமும் ரொம்ப நேரம் நின்று வெட்டிக்கதை விடமாட்டார். திரும்பிப் பத்து மணிக்கெல்லாம் காந்திநகர் வந்துவிடுவார். வண்டி நடுத்தெருவில் அடிபம்பு தாண்டி இறக்கத்தில் வரும்போது மணி தானாகவே அடிக்கும். அப்போது ஜீவா வீட்டுக்கு வெளியே வந்து பஞ்சுமிட்டாய் வாங்க நிற்பான். அவனைப் பார்த்ததும் வண்டி நின்றுவிடும். ‘ஏ மக்கா, இன்னும் நீ ஒறங்கலையா?’ என்று கேட்டுக்கொண்டே ஜீவா கொடுக்கும் காசைவிட அதிகமாக பஞ்சுமிட்டாய் பொதிந்து கொடுப்பார். சில நேரம் கொடுத்தது போக, மீதி இருக்கும் பஞ்சுமிட்டாய் மாவுப் பொடிகளையும் கொடுப்பார். சீக்கிரம் உறங்கிய நாளைத் தவிர மற்ற நாட்களில் பஞ்சுமிட்டாய் வாங்கித் தின்றுவிட்டுதான் அவன் உறங்குவான்.

விடுமுறை நாட்களில் பஞ்சுமிட்டாய் இழுக்க ஜீவாவும் போவான். ஆனால் அவன் ரொம்ப சின்னப் பையன் என்பதால், திண்ணையில் உட்கார்ந்து உள்ளே வேடிக்கை பார்த்துக் கொண்டிருப்பான். கடைசியில் பஞ்சுமிட்டாய் மாவுப்பொடி கிடைக்கும். ஆனாலும் ஒரு நாளாவது பஞ்சுமிட்டாய் இழுத்துப் பார்க்க வேண்டும் என்கிற ஆசை அவனுக்கு இருந்துகொண்டே இருந்தது.

தினந்தோறும் அப்பாவிடம் காசு வாங்கிவிட்டு, அப்பா உறங்கினாலும் பால்ராஜ் அண்ணன் வண்டி வரும்வரை உறங்காமல் படுத்திருப்பான். தொடர்ந்து வந்து கொண்டிருந்த பால்ராஜ் அண்ணன் திடீரென வரவில்லை. யாரிடம் கேட்பது என்றெல்லாம் அவனுக்குத் தெரியாது. ஒரு வாரம் கழிந்த பிறகும் பால்ராஜ் அண்ணன் வரவில்லை. இரண்டு மாதம் கழித்துத் தெருவில் இருந்த பெண்கள், 'நம்ம பஞ்சுமிட்டாய் பால்ராஜூக்குச் சோமுல்லையாம். அதனாலதான் ஆள் வரல' என்று பேசிக் கொண்டிருந்தார்கள். ஆனாலும் தினசரி அவர் வந்து விடுவார் என ஜீவா எதிர்பார்த்துக் காத்திருப்பான்.

ஆறு மாதம் கழித்து அடிபம்பில் தண்ணீர் அடித்துக் கொண்டிருக்கும்போது தண்ணீர் பிடிக்க வந்த புனிதா அக்காவிடம், 'பஞ்சுமிட்டாய் விப்பாவல, அந்த மாமா ஏன் இன்னும் வரலக்கா?' என்று கேட்டான்.

'அந்த அண்ணனுக்கு மூளையில கட்டியாம். அதனால இனி வர மாட்டாராம். ஆஸ்பத்திரில சேர்த்திருக்காவளாம்' என்று சொன்னாள்.

அடித்த அரைவாளித் தண்ணீரைத் தூக்கிக்கொண்டு வீட்டுக்கு வெளியே வைத்துவிட்டு, அப்பாவின் கயிற்றுக் கட்டிலில் குப்புற விழுந்தான். கண்ணீர் வந்து கொண்டிருந்தது. படுத்துக்கொண்டே மூக்கை உறிஞ்சும்போது தலையணையில் இருந்த அப்பாவின் வியர்வை வாசமும் மூக்குக்குள் போனது. அப்படியே உறங்கிப் போனான். அப்பா வந்து எழுப்பி சோறு கொடுத்துவிட்டு மறுபடி அவனை உறங்க வைத்தார்.

பால்ராஜ் அண்ணன் வந்துவிடுவார் என்று நம்பியபடி காத்திருந்தான். சில நாட்கள் உறங்காமல் நள்ளிரவு தாண்டி அவரைப் பார்க்க முழித்திருப்பதும் உண்டு. திடீரென பன்னிரெண்டு மணிக்கு மேல் மணி அடிக்கிற சத்தம் கேட்டு, கதவைத் திறந்து பார்ப்பான். தெருவில் ஆள் நடமாட்டம் இருக்காது; இருட்டாக இருக்கும். அப்படி ஒருமுறை பார்க்கும்போது சத்தியதாஸ் பார்த்துவிட்டார். அது வெள்ளிக்கிழமை சுடலைமாடன் கோயிலிலிருந்து சாமி, சாஸ்தா கோயிலுக்குப் போகும்போது சங்கிலி தரையில் கிடந்து இழுப்பதுபோல சத்தம் கேட்கும். அதைத்தான் ஜீவா, பால்ராஜ் அண்ணன் வண்டி மணி சத்தம் என்று நினைத்துக்கொண்டான்.

சாமி போக்குவரத்து உண்டு என்று காந்திநகரில் சொல்வார்கள். ஆனால் சாமி போக்குவரத்தை யாரும் பார்த்தது கிடையாது. அவனை வீட்டுக்குள்ளே கூட்டிக் கொண்டுபோய் ‘மக்கா, சாமி போயிட்டுருக்க சத்தம்தான் கேட்டுருக்கு. அப்ப நாம வெளிய போவக் கூடாது. சாமி அடிச்சிரும்’ என்று அப்பா சொன்னார். அதன்பிறகு அவன் பயந்து நள்ளிரவில் கதவைத் திறப்பது கிடையாது. ராத்திரி ஒண்ணுக்கோ, ரெண்டுக்கோ வந்தால் அப்பாவை எழுப்புவான்.

ஒரு வருஷம் தாண்டியது. தினமும் பள்ளிக்கூடம் போய்விட்டு வந்ததும், பால்ராஜ் அண்ணனின் குடோன் வீட்டுக்குப் போய் பார்ப்பான். கதவு பூட்டி இருக்கும். வண்டியும் அங்கேயே நிற்கும். பஞ்சுமிட்டாய் திங்க வேண்டும் என்கிற ஆசை அவனுக்கு கூடிக் கொண்டே இருந்தது. வெளிக்கடைகளில் பஞ்சுமிட்டாய் கிடைக்காது. தெருவில் பகலில் கொண்டு வரும் ரோஸ்கலர் பஞ்சுமிட்டாய் மீது அவனுக்கு ஈர்ப்பு இல்லை. இனி பால்ராஜ் அண்ணன் வரமாட்டார் என்று ஜீவாவுக்குக் கொஞ்சம் கொஞ்சமாகப் புரிந்துவிட்டது.

தினமும் பத்து மணிக்குப் பிறகு உறங்கத் தொடங்கினான். அன்றும் அதுபோலத்தான் படுத்து இருந்தான். கொஞ்ச நேரத்தில் அடிபம்பு

பக்கத்தில் வண்டி மணி சத்தம் கேட்டது. பால்ராஜ் அண்ணன்தான் பஞ்சுமிட்டாய் கொண்டு வருகிறார் என்று அவனுக்குப் புரிந்துவிட்டது. வேகம் வேகமாக எழும்பி, 'எப்பா எப்பா' என்று அப்பாவைப் பிடித்து இழுத்தான். அப்பாவும் உறக்கக் கலக்கத்தில் கட்டில் காலில் கழத்திப் போட்ட சட்டைப் பாக்கெட்டிலிருந்து இரண்டு ரூபாயை எடுத்துக் கொடுத்தார்.

வண்டி வீட்டின் அருகில் வருவதை உணரமுடிந்தது. 'பஞ்சுமிட்டாய் மாமா, நில்லுங்க நில்லுங்க' என்று கத்திக்கொண்டே கதவைத் திறந்து ஓடியவன், அப்படியே வண்டி முன்னால் அதிர்ச்சியில் நின்றான். அவன் கையிலிருந்த இரண்டு ரூபாய் நாணயம் நழுவி உருண்டு சாக்கடைக்குள் விழுந்தது. பால்ராஜ் அண்ணன் அதைப் பார்த்துக்கொண்டு நின்றார். ஜீவா, அவரின் முகத்தைப் பார்த்தான்.

அவர் முகம் பஞ்சடைந்து, கண்கள் குழிய சாம்பல்நிறச் சாரமும், கசங்கிய பழுப்பேறிய சட்டையுமாக பார்க்கவே பரிதாபமாக இருந்தார். 'லே மக்கா, எப்புடிடே இருக்க, எப்படிப் படிக்க?' என்று கேட்கும் அவர் பேச்சு நின்று விட்டிருந்தது. பக்கவாதம் வந்த அறிகுறி அவர் உடலில் தெரிந்தது. மிகுந்த சிரமத்தோடு அவர் சூடான நிலக்கடலையை பேப்பரில் பொதிந்து தர, ஜீவா அதை வாங்கிக்கொண்டு விலகியதும் வண்டி நகர்ந்தது. பஞ்சுமிட்டாய் குடுவை இருந்த இடத்தில் பெரிய சில்வர் தட்டில் அவித்த நிலக்கடலை இருந்தது. அதன் சூட்டின் ஆவி பறப்பது பெட்ரோமாக்ஸ் லைட் வெளிச்சத்தில் தெரிந்தது. நகர்ந்து சென்ற பால்ராஜ் அண்ணனின் வண்டியின் பின்னால், தாரைதாரையாக கண்களில் நீர்வழிய ஜீவா, விக்கித்து நின்றிருந்தான்.

புலிக்குத்தி

நானூறு வயதான தொதிமரம் பாறைக்குன்று போல கடுங்கருமை நிறத்துடன் நாற்பதடி சுற்றளவுக்குப் பரந்து விரிந்து புலியிறங்கி ஊர் எல்லையில் நின்று கொண்டிருந்தது. தரையிலிருந்து எட்டு அடி உயரத்தில் மரத்தின் தண்டுப் பாகம் இரு கவராகப் பிரிந்து நேர் உயரமாக வளர்ந்திருந்தது. இலைகளை அவ்வப்போது ஆட்டுத் தீவனத்திற்கு வெட்டியது போக மீதி கிளைகளில் இருந்தன. ஒன்றிரண்டு வெண்மையான பூக்கள் மலர்ந்திருந்தன. பழங்கள் புளிப்பு கலந்த இனிப்பு சுவையுடன் ஐந்து அங்குல நீளம் கொண்டதாக சுரைக்காய் வடிவத்தில் இருந்தன. அதற்குள் கடற்பாசி போன்ற சதைப்பகுதியும் கருநிற விதைகளும் இருக்கும்.

தொதிமரத்தின் கீழ் புலிக்குத்தி நடுகல் இருக்கிறது. ஊர்க்காவலுக்கு நிற்பவர்கள் அதன் அருகில் நிற்பார்கள். நம்பிராசனும், இளையதம்பியும் ராத்திரி காவலாளிகள். நம்பிராசன் தன் மனைவியோடு கொஞ்சநேரம் படுத்துவிட்டு நிலவு தொதி மரத்துக்கு நேராக வருவதற்குள் வந்து

விடுவதாகச் சொல்லியிருந்தான். இளையதம்பி புலிக்குத்தி நடுகல்லைப் பார்த்துக் கொண்டிருந்தபோது தொதி மரத்தின் பழுத்து மெலிந்த இலை ஒன்று அவன் மேல் விழுந்தது. அண்ணாந்து பார்க்கும்போது மேலிருந்து வந்த சுருக்குக் கயிறு அவன் கழுத்தை இறுக்கி உடலை மேல்நோக்கி இழுத்தது. இளையதம்பியைத் தூக்கில் தொங்க விட்டதுபோல மரத்தின் மேல் இருந்த இரண்டு பேர் கயிறைக் கட்டிக் கொண்டிருந்தார்கள். இளையதம்பியின் உடல் உதறித் துடித்து அடங்கியது.

மரம் வழியாக ஏறியிருந்த இருவரும் கிளைகள் வழியாக இறங்கினார்கள். ராத்திரியிலும் அவர்களின் கண்கள் பிரகாசமாகத் தெரிந்தன. கருத்த தேகம் கொண்ட அவர்களின் மூச்சு சத்தம் வேட்டையாடப் போகும் ஓநாயின் மூச்சைப் போல இருந்தது. மேலே தொங்க விடப்பட்டவனைத் திரும்பிப் பார்க்காமல் நடந்தார்கள். நிலவு தொதி மரத்தின்மேல் வரும்போது நம்பிராசன் காவலுக்கு வந்து சேர்ந்தான். இளையதம்பியைக் காணாமல் சமிக்ஞைக்காக குயில்போலக் கூவினான். எதிர்க்கூவல் வரவில்லை. மறுபடி மயில் போல அகவினான். அப்போதும் எதிர் அகவல் வரவில்லை. கையில் வைத்திருந்த மருதத்தடியோடு சேர்ந்த தீவட்டியைக் கொளுத்தினான். அது இலுப்பை எண்ணெயில் ஊறவைத்த துணி என்பதால் உடனே பற்றிக் கொண்டது. வெளிச்சம் தெரிய, நடந்து கொண்டிருந்த இருவரும் ஓடத் தொடங்கினார்கள்.

நம்பிராசன் தீவட்டியோடு சுற்றிப் பார்த்தான். எதிர் தீவட்டியும் கொளுத்தப்படவில்லை. தொதிமரத்தின் அடியில் சுற்றும்போது இளையதம்பியின் மருதத்தடி காலில் தட்டியது. அதற்கு நேர் மேலே பார்க்கும்போது கழுத்தில் சுருக்குக் கயிறு மாட்டிய இளையதம்பியின் உடல் தெரிந்தது. உடனே நம்பிராசன் பருந்தின் சத்தத்தை எழுப்பினான். ஊரிலிருந்து வேகமாக எதிர்ப்பருந்து சத்தம் வந்தது. ஊரில் தீவட்டிகளும் எரியத் தொடங்கின. ஊர்க்காரர்கள் தீவட்டிகளோடு தொதி மரத்தை

நோக்கி ஓடிவந்தார்கள். அதில் இருவர் மரத்தின் மேல் ஏறி, கயிற்றை அறுத்துத் தள்ளினார்கள். இளையதம்பியின் உடல் தரையை நோக்கி வர, கீழே நின்றவர்கள் தாங்கிப் பிடித்தனர். ஊரே விடியவிடிய முழித்திருந்தது.

அதிகாலையில் பருந்துகள் ஊரை வட்டமிடத் தொடங்கின. மக்கள் பருந்துகளைப் பார்த்து தங்களுக்குள் முணுமுணுத்துக் கொண்டிருந்தார்கள். தென்னை மரத்தில் ஒருவன் சரசரவென ஏறி மூன்று பச்சை மட்டைகளை வெட்டிப் போட்டான். கீழே நின்றவன் அதை அரிவாளால் நடுவில் இரண்டாக கீறிப் போட்டான். ஆறு பெண்கள் ஓலையை முடையத் தொடங்கினார்கள். ஊரில் யாரும் அழவில்லை. செத்துப்போன இளையதம்பியின் குடும்பம் அழுவதையும் தடுத்து விட்டார்கள். பிணத்தை எரிக்க சிதை உண்டாக்கி அதில் உடலைக்கிடத்தி சிறுகுழி எடுத்து, நெருப்புக் கனலைப் போட்டு அதன்மேல் ஆமணக்கு முத்தையும் போட்டார்கள். நெருப்புக் கனல் எரியத் தொடங்கியதும் ஆமணக்கு முத்துக்கள் இளகி நெருப்பு நின்று எரிந்தது.

புலியிறங்கி, பரளியாற்றின் கழிமுகத் துவாரத்திற்கு முன் நீண்டு அகன்று கிடக்கும் ஊர். அறுபத்தி மூன்று அடி அகலம் கொண்ட பரளியாற்றின் மறுகரையில் பல ஏக்கர் அடர்வனமும், அதனை அடுத்து இந்திரன் மலையும் இருக்கிறது. அரண் போல நீண்டு கிடக்கும் மலையின் எழுபத்தி மூன்று மைல் தூரத்தில் வடக்கில் இருக்கும் காளிமலையின் அடிவாரச் சுனைப்பாறைகளில் உருவாகி வருவது தான் பரளியாறு.

இந்திரன் மலை கடலுக்குள் நான்கு பர்லாங்கு நீளத்தில் வளைந்து கிடக்கும். பரளியாற்றில் எப்போதும் வெள்ளம் அதிவேகமாக ஓடும். அக்டோபர் மாதத் தொடக்கத்தில் மழை நின்றதும், கடல்நீர் தெற்குநோக்கி உள்வாங்கும். அதன்பிறகு வடக்கிலிருந்து குளிர்காற்று ஐந்து மாதங்கள் வீசும். இந்திரன் மலைக்காடுகளில் அதிகமான காட்டு மிருகங்கள் உண்டு. சில நேரங்களில் மரக்கப்பலில் வரும் வேட்டைக்காரர்கள் மான்களையும், காட்டுப்பன்றிகளையும், கோழிகளையும் வேட்டையாடப் போவார்கள்.

ஒரு சில நேரங்களில் மட்டும் அவர்கள் வேட்டைக்கறிகளோடு திரும்பி வருவார்கள். பலநேரம் மிருகங்கள் அவர்களை வேட்டையாடிவிடும்.

இந்திரன் மலைக்காடுகளில் புலிகள் அதிகம் உண்டு. பரளியாற்றில் நீந்தி அவை புலியிறங்கி ஊருக்குள் வந்துவிடும். ஆற்றின் நீரோட்டம் அதிகமானால் கழிமுகம்வரை அடித்துச் செல்லப்பட்டு கடற்கரைகளில் உலாவரும். பெரும்பாலும் ஊருக்குள் புலி ராத்திரிகளில் வரும். அப்படி வந்தால் தனியாக நிற்கும் ஆட்டை அடித்து பரளியாற்றங்கரைக்கு இழுத்துச்செல்லும். அடித்த ஆட்டைத் தின்றுவிட்டு மறுபடியும் நீந்தி அக்கரைக் காட்டுக்குள் சென்றுவிடும். அப்படி செல்லாவிட்டாலும் அதன் மரணம் உறுதிதான். கிடைக்குள்ளும், தொழுவத்துக்குள்ளும் இறங்கினாலும் அங்கேயும் அவற்றின் மரணம் உறுதி செய்யப்பட்டுவிடும்.

புலிகளின் மரணத்தை உறுதி செய்வது புலிகுத்திக் குடும்பத்தின் ஆண்கள். அவர்கள் ஏழுஅடி நீளமுள்ள கூரிய ஈட்டி கொண்டு, புலியை வேட்டையாடிக் கொல்வார்கள். பலநேரம் புலி அவர்களிலும் சிலரைக் கொன்றதும் உண்டு. ஆனாலும் உயிரோடு புலி காட்டுக்குள் போகாது. புலி நகத்தால் காயம் பட்டால் மஞ்சணத்தி இலையைச் சட்டியில் போட்டு வதக்கி, சூட்டுடன் துணியில் கட்டி ஒத்தடம் கொடுப்பார்கள். நகக்கீறல் ஆழமாக இருந்தால் மஞ்சணத்திக் கட்டையை இழைத்து பொடியாக்கி நல்லெண்ணெயில் கலந்து கீறல் காயத்தில் பூசிவிட்டு கொஞ்சம் மஞ்சணத்தி இலைச்சாறை உள்ளுக்குள் குடிப்பார்கள். சீக்கிரம் குணமாகிவிடும். கொல்லப்பட்ட புலியின் தோலை உரித்து உப்பு தடவி காயவைத்து கரைகண்டேசுவரர் கோவிலில் வைத்திருப்பார்கள். புலியால் கொல்லப்பட்டவர்கள் இறந்த இடத்தில் நடுகல் வைத்து கும்பிடுவார்கள். புலியிறங்கி ஊருக்குள் எட்டு நடுகல் இருக்கிறது. அதில் ஆதி நடுகல் தொதி மரத்தின் கீழ் நிற்கிறது.

சித்திரை மாதம் வரும் வெளுத்தவாவு அன்று புலியின் தோலை முதுகில் கட்டி, முகத்தில் கருப்பு மஞ்சள் சாயத்தைப் பூசிக்கொண்டு, புலிகுத்திக் குடும்பத்தின் ஆண்கள் ஊரில் ஆடி வருவார்கள். அப்போது இடப்பகுதியில் நொச்சிக் குச்சியாலும், வலப்பகுதியில் ஆவாரம் குச்சியாலும் அடிக்கப்படும் உறுமியில் இருந்து புலி உறுமுவது போல சத்தம் எழும். வீட்டு வாசலில் பெண்கள் மஞ்சள் தண்ணீரில் வேப்பிலை போட்டு கலக்கி, புலியாட்டம் ஆடுபவர்களின் மேல் ஊற்றுவார்கள். புலியாட்டம் முடிந்ததும் புலித்தோலை ஒரு பெட்டியில் வைத்து, அதை பூச்சி அரிக்காமல் இருக்க நொச்சியிலைகளைப் பரப்பி கரைகண்டேசுவரர் கோவிலில் வைத்து விடுவார்கள். இனி அடுத்த வருஷம்தான் அதை எடுப்பார்கள். புலித்தோலை வெளியூர்க்காரர்கள் யார் கேட்டாலும் புலிக்குத்திக் குடும்பத்தினர் கொடுக்க மாட்டார்கள்.

புலிக்குத்தி வீட்டின் பாதாள அறையில் வளர்க்கப்படும் பன்றியை மேலே எடுத்து அதை அறுத்து பரளியாற்றின் கரையில் உப்பும், மிளகாயும் போட்டு வறட்டி அந்திக்கள்ளோடு குடித்து உண்டு கொண்டாடுவார்கள். பெண்களுக்கும், குழந்தைகளுக்கும், கோழிக்கறியும் சுடுசோறும் தயாராகும். ஆற்றங்கரையில் வெளிச்சத்திற்காக இருபது அடிக்கு ஒரு ஆமணக்குக் கட்டையை எரிய விடுவார்கள். கொண்டாட்டம் முடிய நீண்ட நேரம் எடுக்கும்.

புலியிறங்கி ஊரைச்சுற்றி ஐந்து பர்லாங்குக்கு ஊரே கிடையாது. சுற்றிலும் விளைநிலங்கள் நிறைந்த பூமி. நெல் விளைந்து கிடக்கும். கும்பப்பூ விதைப்பில் தட்டார வெள்ளையும், வாசமிரண்டானும் விளைந்து கிடக்கும். கன்னிப்பூ விதைப்பில் கட்டிச் சம்பா விதைப்பும் உண்டு. இந்திரன் மலைக்கணவாய் வழியாக வரும்போது மலையடுக்கும், வயல்வெளியும் பார்ப்பதற்கு அவ்வளவு அழகாக இருக்கும். பருவமழை பொய்க்காமல் பெய்வதால் இரண்டு போகமும் நன்கு விளைந்தது. எலிவெட்டு, பூச்சிவெட்டு இருந்தாலும் எப்போதும் விவசாயம் நடந்து கொண்டே இருந்தது. வயலாங்கரையில் கீரையும், வெண்டையும்,

கத்தரியும் வளர்ந்து நிற்கும். இந்திரன்மலைக்கு மேல் கருத்த மேகம் நின்றால் புலியிறங்கியில் மழை பெய்யும்.

புலிக்குத்திக் குடும்பத்தின் தலைவர் புலிக்குத்திப் பாண்டியன். கதலி வாழை மரத்தின் உயரம். பலாமரம் போன்ற உடல்வாகு. தேக்கு மரத்தின் சொரசொரப்பு போல மார்புகள். இரண்டு வயது யானையின் காது போன்ற உள்ளங்கை. புலியிறங்கி ஊருக்குள் எந்தப் பக்கம் நின்றாலும் தெரிந்துவிடுவார். இறந்துபோன இளையதம்பியின் குழந்தைகள் வளரும்வரை புலிக்குத்திக் குடும்பத்தில் இருந்து அரிசி, பருப்பு கொடுக்க வேண்டும். மூன்று மாதத்துக்குத் தேவையானவற்றை அனுப்பிவிட்டு, புலிக்குத்திப் பாண்டியன் தொதிமரத்தின் கீழ் இருக்கும் புலிக்குத்தி நடுகல் முன் சம்மணமிட்டு யோசித்துக் கொண்டிருந்தார். இளையதம்பியின் மரணம் அவர் மனதில் அழுத்தத்தைக் கொடுத்தது. அவனைக் கொன்றவர்கள் யாராக இருக்கும் என்று அவருக்குள் யோசனை ஓடியது.

முன்பு வயல்களில் அறுப்பு முடிந்ததும் எவ்வித அடைப்புமின்றி ஆட்டுமந்தை கிடக்கும். ஆடு திருட வரும் கள்ளர்கள் நொச்சியிலைகளைப் பறித்து சணல் பையில் சுற்றிவைத்து புழுங்கி மணம் வரும்வரை காத்திருந்து அதை ஆட்டுமந்தை கிடக்கும் வயலுக்குள் அனக்கமில்லாமல் ஆடுகளை நோக்கி காற்று வீசும் திசையில் மெல்ல அசைக்கத் தொடங்குவார்கள். அந்த மணத்திற்கு மந்தையிலிருந்து தனித்து வரும் சில ஆடுகளைத் தூக்கிக்கொண்டு போவார்கள். ஆடுகள் காணாமல் போனது காலையில் தெரியவரும்.

புலிகளிடமிருந்தும், கள்ளர்களிடமிருந்தும் ஆடுகளைக் காப்பாற்ற மூங்கில் பட்டியல்களைக் கொண்டு ஆட்டுக்கிடை போடத் தொடங்கினார்கள். புலிகளின் நடமாட்டம் இருப்பதால் ராத்திரியில் ஆண்களும் வீட்டுக்கு வெளியே உறங்க மாட்டார்கள். அதனால் கள்ளர்கள் ஊருக்குள் இறங்கி மாடுகளை அவிழ்ப்பார்கள். கழுத்தில் மணி கிடக்கும் மாடுகள் பக்கம் போக மாட்டார்கள். மாடு மிரண்டு மணி சத்தம்

அதிகமானால் ஆட்கள் வந்து விடுவார்கள். அதனால் மணி இல்லாத மாடுகளை அவிழ்ப்பார்கள். அவிழ்க்குமுன் கொண்டு வந்திருக்கும் பையிலிருந்து புல்லுக் கட்டை மாட்டின் வாயில் திணிப்பார்கள். மாடு புல்லைத் தின்று முடிப்பதற்குள் அதை ஊரைவிட்டு வெளியே கொண்டு வந்து விடுவார்கள். விடிந்தபிறகு எந்த ஊர் கள்ளர்கள் மாட்டைக் கொண்டுப் போனார்கள் என விசாரித்து மாட்டுக்கான தொகையைக் கொடுத்து மீட்டு வருவார்கள்.

புலிக்குத்திப் பாண்டியனின் தாத்தா, புலிக்குத்தி திரவியத்தின் காலத்தில் போனதும் அடிபிடி சண்டை நடக்கும். மாடுகளை, கள்ளர்கள் நேராக ஊருக்குக் கொண்டு செல்ல மாட்டார்கள். காட்டுப் பகுதியில் நிற்க வைப்பார்கள். பேச்சுவார்த்தையில் சமரசம் ஏற்பட்டால் குறிப்பிட்ட இடத்தைச் சொல்லி அங்கு போய் மாட்டைப் பிடித்துக் கொண்டுபோகச் சொல்வார்கள். கைகலப்பு நடந்தால் காட்டுக்குத் தகவல்போய் மாடு அறுக்கப்பட்டு, கறியாக வெட்டி ஒவ்வொரு வீட்டுக்கும் தேக்கிலையில் பொதிந்து அனுப்பி விடுவார்கள்.

புலியிறங்கி ஊரில் வயலை உழுது அதைத் தொழியாக்கி அதில் மஞ்சணத்தி இலைகளையும் ஆவாரம் கிளைகளையும் ஒடித்துப்போட்டு தொழி கலங்கியபின் அடி உரமாக மிதித்து தொழியில் அமிழ்த்தி விடுவார்கள். இரண்டு மூன்று நாளில் சாம்பல் நிறத்தில் நிலம் கிடைக்கும். அதன்பின் விதைக்கும் போது, பயிர் நன்றாகப் பிடிக்கும். நெல் முற்றி வரும்போது வெட்டுக்கிளிக் கொள்ளையர்கள் கூட்டம் வயலுக்குள் இறங்கி விடும்.

வெட்டுக்கிளிக் கொள்ளையர்கள் வெறும் நெல்மணிகளை மட்டும் ராத்திரியோடு ராத்திரியாக உருவிக் கொண்டு போவார்கள். விடிந்தபிறகு பார்த்தால் நாற்று மட்டும் நிற்கும். அதற்காக நெல் விளையும் பருவத்தில் புலியிறங்கிக்காரர்கள் பாம்பாட்டிகள் மூலம் பாம்புகளைப் பிடித்து வயல்களில் விட்டுவிடுவார்கள். இது தெரியாமல் வெட்டுக்கிளிக்

கொள்ளையர்கள் வயலுக்குள் இறங்கும்போது பாம்பு கொத்தி சிலர் செத்துப் போவார்கள். அதனால் புலியிறங்கி ஊர் வயல்களுக்குள் வெட்டுக்கிளிக் கொள்ளையர்கள் வருவதும் நின்று போனது. சோளம், கம்பு போட்டிருந்தாலும் அவர்கள் கதிரை மட்டும் பல ஊர்களில் ஒடித்துக்கொண்டு போவார்கள். பயிர்களை மட்டும் உருவிக் கொண்டு போவதால் அவர்களை வெட்டுக்கிளிக் கொள்ளையர்கள் என்று சொல்லி வந்தார்கள். வயல் அறுக்கும்போது பாம்பாட்டியை வைத்து மகுடி ஊதி பாம்புகளைப் பிடித்தபின் கதிர்களை அறுக்கத் தொடங்குவார்கள்.

அந்நேரம் அனந்தோசி என்கிற கொள்ளைக் கூட்டமும் இருந்தது. அவர்கள் அஞ்சினான் புகலிடம் ஊரில் பொன், வெள்ளி, நெல் வித்து என மக்கள் வைத்திருந்த எல்லாவற்றையும் கொள்ளையடித்து ஊரிலிருந்த ஆண்களை எல்லாம் கொன்று ஊரையே தீ வைத்து எரித்து விட்டார்கள். ஊர் பெண்கள் அலறியடித்துச் சிதறி ஓடினார்கள். அந்த ஊரிலிருந்து காவல் வேலைக்குப்போன குடும்பங்கள் மட்டும் தப்பிப் பிழைத்தன. அவர்கள் ஒவ்வொரு ஊருக்கும் குடும்பமாகக் காவலுக்குப் போனார்கள். அப்படி சில குடும்பங்கள் புலியிறங்கி ஊருக்குக் காவலுக்கு வந்தன. அதில் ஒரு குடும்பத்தைச் சேர்ந்தவன்தான் இளையதம்பி.

புலிக்குத்திப் பாண்டியனின் சிந்தனையில் ஏழு கொள்ளையர்கள் நினைவுக்கு வந்தார்கள். அவர்கள் ஏழு பேரும் சேதுபதியூரைச் சேர்ந்த சகோதரர்கள். சேதுபதியூர் பஞ்சம் பார்த்த பூமி. மழையும் தண்ணீரும் இல்லாததால் நிலத்தைப் போலவே அங்குள்ள மக்களின் முகமும் வறண்டு வெடித்துக் கிடக்கும். சிவமுத்து, லிங்கேசன், சிவக்கண்ணு, அனவரதன், முத்துச்சாமி, கார்மேகம், சேனாதிபதி என்கிற அந்த ஏழுபேரும் வெளியூர் சென்று வேலை பார்த்து சேதுபதியூர் மக்களுக்கும் உதவி வந்தனர். இவர்களுக்கு வானவி என்கிற தங்கச்சியும் உண்டு. வெளியூர்களுக்கு வேலைக்குப் போகும்போது அவளை ஊரிலேயே விட்டுவிட்டு சென்று வந்தனர்.

பஞ்சம் பெருகப்பெருக, சேதுபதியூர்காரர்கள் ஆடு, மாடு, கோழிகளைத் தின்று, நிலங்களை விற்று வாழ்ந்தனர். பஞ்சம் அடங்கிய பாடில்லை, ஒரு வாய் கஞ்சிக்கே வழியில்லை. ஏழுபேர் வீட்டில் போய் மக்கள் கேட்டாலும் அவர்களிடமும் கொடுக்க எதுவுமில்லை. முன்பெல்லாம் வானவி, யார் வந்து கேட்டாலும் வீட்டிலிருந்த பொருட்களை எடுத்துக் கொடுப்பாள். வாங்குபவர்கள் மனதார வாழ்த்திவிட்டுச் செல்வார்கள். இப்போது கொடுக்க எதுவும் இல்லாததால் ஏசிவிட்டே சென்றனர். இதனால் வருத்தமடைந்த அவள் அழுது கொண்டிருந்தாள். வீட்டிற்கு வந்த அண்ணன்கள் ஏழுபேரும் வானவி அழுது கொண்டிருப்பதைப் பார்த்து அவளை சமாதானம் செய்ய முயற்சி செய்தனர். ஆனாலும் அவளின் அழுகையை அடக்க முடியவில்லை.

'சரி, இனிமே யாருக்கும் இல்லேன்னு சொல்லாதபடி நீ கொடுத்துட்டே இருப்ப. இது சத்தியம். போதுமா? அழுவத இப்ப நிறுத்து' என்று அண்ணன்கள் சொன்னார்கள்.

வானவி ஏழு பேரிடமும் சத்தியம் வாங்கிவிட்டு அழுகையை நிறுத்தினாள். ஏழு பேரும் கூடிப் பேசி ஒரு முடிவுக்கு வந்தனர். இனிமேல் கொள்ளையடிப்பதுதான் ஒரேவழி. அதற்கு எல்லோரும் சம்மதித்தனர். வெளியூர்களில் பெரிய பெரிய செல்வந்தர்கள் வீட்டில் கொள்ளையடித்தனர். அதில் சேர்ந்தவற்றை வானவியிடம் கொண்டு கொடுத்தனர். அவளும் சந்தோஷமாக எல்லோருக்கும் எடுத்து விளம்பினாள். மறுபடியும் ஊர் மக்கள் வாழ்த்தத் தொடங்கியதும் அவளுக்குப் பெருமை தாங்கவில்லை.

நாளுக்குநாள் ஏழுபேரின் கொள்ளையடிப்பு தொடர்ந்து கொண்டிருக்கும்போது வெளியூர்களில் அவர்களின் இந்த கொள்ளை விசயம் பரவத் தொடங்கியது. யார் வீட்டில் கொள்ளை நடக்குமோ என்கிற அச்சத்தில் செல்வந்தர்கள் தினமும் இருந்தனர். அதிலும் சிலர் தங்கள் செல்வங்களைப் பாதுகாப்பாக புலியிறங்கி ஊர் கரைகண்டேசுவரர் கோவில் அறையில் வைத்தனர்.

ஏழுபேரிடம் பொருட்களைக் களவு கொடுத்தவர்களும், மற்ற செல்வந்தர்களும் கூடிப்பேசி, சேதுபதியூருக்கு வந்தனர். ஊர்ப் பெரியவர்களிடம் கொள்ளை விசயங்களை எடுத்துச் சொன்ன பிறகுதான் ஊர்க்காரர்களுக்கு ஏழுபேர் கொடுத்தது எல்லாம் களவு மூலம் வந்த பொருட்கள் என்று தெரிந்தது. வெளியூர் செல்வந்தர்களுக்கு சேதுபதியூரைப் பார்க்கும்போது வறண்ட நிலத்தில் இவ்வளவு செழிப்பா என்று ஆச்சரியப்பட வைத்தது. ஏழுபேரும் கொள்ளையடித்தது ஊருக்குதான் போயிருக்கு என்று அவர்கள் பார்த்து புரிந்து கொண்டனர். ஊரும் அவர்களுக்கு உடந்தையாக இருக்கிறது என்று எண்ணினார்கள்.

'இங்க பாருங்க இனிமே ஏழுபேரும் எங்கயாவது கொள்ளையடிச்சா, நாங்க எல்லாருமா சேந்து இந்த ஊரையே எரிச்சிப்புடுவோம். சொத்துபத்த வித்தாது ஆளுவச்சி ஊருல உள்ள பெருசுலருந்து கருவுல இருக்கது வர அறுத்துப்புடுவோம். ஊரையும், உயிரையும் காப்பாத்தணும்னா மொதல்ல அவய்ங்கள, இங்கருந்து தொரத்திவுடுங்க. இதுக்க மேலயும் அவய்ங்க இங்க இருந்தா ஊரு இருக்காது. நாங்க சம்பாதிச்சத அவ்ய்ங்க கொள்ளையடிச்சிக் கொண்டு தந்தா நீங்க வக்கணையா ஒக்காந்து தின்னு சொகம் அனுபவிப்பியளோ? அப்படி அனுபவிக்கணும்னா ஒங்க ஊரு பொம்பளயள எங்ககூட படுக்க அனுப்ப வேண்டியதுதான, நாங்க எழும்பி போவும்போது ஏதாது குடுத்துட்டுப் போவோம்ல' என்று சொன்னார்கள்.

சேதுபதியூர் அவமானத்தில் தலை குனிந்து நின்றது. ஏழுபேர் வீட்டிலிருந்து வாங்கியதை எல்லோரும் ஊர் முன்னிலையில் கொண்டு போட்டார்கள். நெல்லும், நகையும், பொருளுமாக விழுந்ததை பெரிய கிடவங்களில் தட்டி, வந்தவர்கள் கொண்டு போனார்கள்.

வானவியின் வீட்டுக்கு முன்னால் பெண்கள் கூடி சாபமிடத் தொடங்கினார்கள். அவள் கதவை அடைத்துத் தாழிட்டுக் கொண்டு வீட்டுக்குள்ளேயே அழுதுகொண்டிருந்தாள். ஊரே வீட்டின் முன்பு கூடி இருந்தது. ஏழுபேரும் ஊருக்குள் வந்து கொண்டிருந்தார்கள். அவர்களைப்

பார்த்த வேகத்தில் ஊர் ஆண்கள் அடிக்கத் தொடங்கினார்கள். அண்ணன்களுக்கு அடி விழுவதைக் கேட்ட வானவி கதவைத் திறந்து வெளியே ஓடிவந்தாள். ஊர்ப் பெண்கள் அவளின் தலைமுடியைப் பிடித்து இழுத்துப் போட்டு அடித்தார்கள். அதைப் பார்த்த அண்ணன்கள் மறைத்து வைத்திருந்த கத்தியைக் கொண்டு அடித்துக் கொண்டிருந்தவர்களைக் குத்தித் தள்ளினார்கள். அடி விழுவது குறைந்து, அடித்தவர்கள் மண்ணில் விழுந்தார்கள்.

கொஞ்ச நேரத்தில் வானவியை அடித்துக் கொண்டிருந்த பெண்களும் அடிப்பதை நிறுத்தி விட்டு குத்து வாங்கி விழுந்த ஆண்களைச் சுற்றி நின்று அழத் தொடங்கினார்கள். மற்றவர்கள் குத்துப் பட்டவர்களை தூக்கிக்கொண்டு ஓடினார்கள். பெண்கள் புழுதிவாரி வீசி சாபமிட்டனர். ரத்தக் காயத்துடன் நின்ற ஏழுபேரும் வானவியைக் கூட்டிக்கொண்டு ஊரைவிட்டு வெளியே நடக்கத் தொடங்கினார்கள்.

சேதுபதியூரிலிருந்து தெற்குப் பக்கமாக நடந்தனர். களைப்பு வந்ததும் கிடைத்த இடத்தில் உறங்கினார்கள். எல்லோருக்கும் பசிக்கத் தொடங்கியது, கையில் எதுவும் இல்லை. புது இடங்களில் யாரும் வேலையும் கொடுக்க முன்வரவில்லை. மூத்தவர் சிவமுத்து தம்பிகளோடு யோசனை செய்தார். ‘யாரும் வேல தரல, தங்கச்சிக்கும் பசிக்குது. அதனால நமக்குத் தெரிஞ்ச வேலய திருப்பிச் செய்வோம்’ என்றார். அதற்கு தம்பிகளும் மறுவார்த்தை பேசாமல் உடன்பட்டனர். மீண்டும் கொள்ளையில் இறங்கினார்கள்.

சேலையூர் செல்வந்தர்கள் அதிகமான பகுதி. அந்த ஊரில் உள்ள எல்லோரும் வியாபாரம் செய்து வந்தனர். கூலிகள் என்று யாருமில்லை. வீடுகளும் வரிசையாக பூமரத்து வீடுகளாகவே இருந்தன. அங்கு கொள்ளையடித்ததைக் கொண்டு வரும்போது காவல்காரர்கள் விரட்டத் தொடங்கினார்கள். தம்பிகள் கார்மேகத்தையும் சேனாதிபதியையும் தனியாகப் போகச்சொல்லி, தங்கச்சியைக் கூட்டிக்கொண்டு

கோவில்புரத்துக்கு வரும்படி சிவமுத்து சொன்னார். சேலையூர் காவல்காரர்களிடமிருந்து தப்பி கோவில்புரம் வந்து சேர்ந்தனர். கோவில்புரத்தில் வெளியூர்க்காரர்கள் யாரும் தங்கக்கூடாது. அதனால் தங்கச்சி வானவி வருவதுவரை காத்திருந்து அவர்கள் மூன்று பேரும் வந்ததும் காற்றாடி மலைக்குக் கிளம்பினார்கள்.

காற்றாடி மலைக்கு வரும் வழியில் கிராமங்களில் கொள்ளையடித்த பொருட்களைக் கொஞ்சம் கொஞ்சமாக விட்டுக்கொண்டே வந்தார்கள். தங்க எங்கும் வீடு கிடைக்க வில்லை. அதனால் மலைப்பகுதிகளிலும் சின்னசின்ன குகைப் பகுதிகளிலும் ராத்திரிப் பொழுதுகளைக் கழித்தனர். பகலில் ஆடு மேய்ப்பவர்களுக்கு பொருட்கள் கொடுத்து சாப்பிட ஏதாவது கொண்டுவரச் சொல்வார்கள். அவர்கள் உதவியோடு ஊருக்கு வெளியே இருக்கும் சத்திரங்கள் பழைய மண்டபங்களை விசாரித்து அங்கு தங்கி வந்தனர்.

கொள்ளையடிக்கப் போகும்போது கார்மேகத்தையும், சேனாதிபதியையும், தங்கச்சி வானவிக்குத் துணைக்கு விட்டுவிட்டு மூத்தவர்கள் ஐந்து பேரும் போனார்கள். கொள்ளையில் நிறைய பொருட்கள் வர ஆரம்பித்தன. கடையால்புதூரில் ஆடு மேய்ப்பவர்களிடம் ஊருக்கு வெளியே ஏதாவது நிலம் விற்கக்கிடந்தால் வாங்கத் தயாராக இருப்பதாகச் சொன்னார்கள். ஒருவர் விசாரித்து ஊருக்கு வெளியே வறண்ட நிலத்தை இன்னொருவரிடம் இருந்து வாங்கிக் கொடுத்தார். அதிலே பதனீரும், சுண்ணாம்பும் குழைத்து வீடும் கட்டினார்கள். ராத்திரியில் கொள்ளையடிப்பது பகலில் ஆடு மேய்ப்பவர்களிடம் கேட்டு ஊரில் உள்ளவர்களுக்கு உதவி செய்வது என்று காலத்தைக் கடத்தினார்கள்.

அந்தச் சமயத்தில் இளையதம்பியைக் கடையால்புதூர் மலையடிவாரத்தில் சந்தித்தார்கள். அப்போது அவன் வெளியூருக்குக் காவலுக்குப் போய்க்கொண்டிருந்தான். அவனிடம் தங்களையும்

காவலாளிகளாக அறிமுகம் செய்து கொண்டு பேசினார்கள். அவனும் செழிப்பான ஊர்களைப் பற்றிப் பேசும்போது தான் வசிக்கும் புலியிறங்கி ஊரைப் பற்றியும், அதன் பெருமைகளைப் பற்றியும், கரைகண்டேஸ்வரர் கோவில் சிறப்புகளைப் பற்றியும் விவரமாகச் சொன்னான். அதைக்கேட்ட ஐந்து பேருக்கும் புலியிறங்கி ஊருக்குப் போய் கொள்ளையடித்து, புலித்தோலை எடுக்க வேண்டுமென்று ஆசை வந்தது. அதற்காக நீண்ட நாட்களாகத் திட்டமிட்டுக் கொண்டிருந்தார்கள். அதற்கிடையில் இளையதம்பியும் புலியிறங்கி ஊருக்குக் காவலாளி ஆனான்.

புலியிறங்கி ஊரின் செல்வங்கள் கரைகண்டேசுவரர் கோயிலில் இருக்கின்றன. பரளியாற்றை ஒட்டியே கோயிலும் இருக்கிறது. அதன் முன்புறம் முழுவதும் வயல்வெளி, பின்பக்கம் ஆறு. கோவிலுக்கு ஊர் வழியாக வரும் பாதை மட்டும் உண்டு. உயரமான மதில்கள் சூழ கோபுரம் மட்டும் வெளியே தெரியும். கோவிலின் பின் பக்கமாக ஆற்றுக்குப் போக வாசல் உண்டு. அது ஆராட்டு தினம் மட்டும் திறக்கப்படும். கோவிலின் கதவைத் திறக்கும்போது மணியும் சேர்ந்து ஒலிக்கும், அது ஊர் முழுவதும் கேட்கும்.

கோவில் கருவறைக்குப் பின்னால் இருக்கும் கட்டிடம்தான் புலியிறங்கி ஊரின் கருவூலம். ஊர்க்காரர்கள் அதை ஈடுவைப்புப்புரை என்று சொல்லுவார்கள். உறுதியான கனம் கூடிய சுவர்களும் இரட்டை வாசலில் பொருத்தப்பட்டிருக்கும் நாழிப்பூட்டும் கருவூலத்தின் பாதுகாப்பை உறுதி செய்யும். பூட்டுவதற்காகப் பயன்படுத்தும் இரும்புச் சங்கிலியின் இணைப்பும் அதன் அமைப்பும் மிகவும் வலுவானது. யாராலும் எப்படியும் அறுத்தெடுக்க முடியாதபடி அமைக்கப்பட்டிருந்தது. கூடவே வித்தியாசமான கொண்டி அமைப்பு கொண்ட சித்திரப் பூட்டுகள் கொண்டு பூட்டப்பட்டிருக்கும். கரைகண்டேசுவரர் கோவிலுக்கு வெளியே எப்போதும் காவலாளிகள் காவலுக்கு இருப்பார்கள்.

ஐந்து பேரும் கொள்ளையடிக்கும் திட்டத்தை சித்திரை மாதம் வெளுத்தவாவு அன்று வைத்துக்கொள்ள முடிவு செய்தனர். அதன்படி வெளுத்தவாவு ராத்திரியில் பரளியாற்றில் நீந்தி வந்து கோவிலின் பின்பக்க ஆற்று வாசல் வெளியே ஒதுங்கினார்கள். அன்று வெளியில் காவல் இல்லை. முதலில் சிவக்கண்ணு மட்டும் சுவரேறி கோயிலுக்குள் இறங்கினார். மற்றவர்கள் நான்குபேரும் சமிக்ஞை கிடைத்ததும் உள்ளே போகவேண்டும். சமிக்ஞைக்கு குரல் சத்தம் எதுவும் இல்லை. வெளியில் நிற்பவர்கள் கோவில் சுவரில் காதைத் தீட்டி வைத்துக் கேட்பார்கள். உள்ளே இருந்து கல்லால் சுவரைத் தட்டும் சத்தம் கேட்டால் சமிக்ஞை வந்துவிட்டதாக அர்த்தம்.

மற்ற இடங்களில் கொள்ளையடிக்கும்போது வெள்ளைப் புறாவின் தலை மட்டும் வெளியே தெரியும்படி துண்டில் வைத்து இடுப்பில் கட்டிக்கொண்டு உள்ளே ஒருவர் மட்டுமே இறங்கி வெள்ளைப் புறாவை வெளியே பறக்க விடுவார். புறா பறந்து வந்தால் பிரச்னை இல்லை என்று அர்த்தம். உடனே மற்றவர்கள் உள்ளே இறங்கி கொள்ளையடிப்பார்கள்.

சிவக்கண்ணு போய் நீண்ட நேரமாகியும் சமிக்ஞை கிடைக்கவில்லை. நேரம் வெளுக்கும்வரை காத்திருந்தும் எந்த அனக்கமும் வராததால் ஆற்றில் எதிர்நீச்சல் போட்டு நான்குபேரும் திரும்பிப் போனார்கள். விடிந்ததும் சிவக்கண்ணு கொல்லப்பட்ட தகவல் ஊர் முழுவதும் பரவியது. கொள்ளையன் சிவக்கண்ணுவைக் கொன்ற இளையதம்பியை ஊரே தலைமேல் வைத்துக் கொண்டாடியது. சிவக்கண்ணுவின் உடலை துண்டுதுண்டாக வெட்டி ஆற்றைக் கடந்து காட்டுக்குள் மிருகங்களுக்கு இரையாக வீசினார்கள். இதையெல்லாம் கேள்விப்பட்ட சிவமுத்து, இளையதம்பியைக் கொல்ல வேண்டும் என்று தம்பிகளோடு திட்டம் போட்டார். அதற்காகப் பல நாட்கள் காத்திருந்து தக்க சமயம் பார்த்து சிவமுத்துவும், அனவரதனும், இளையதம்பியைத் தொதி மரத்தில் கட்டித் தொங்க விட்டனர்.

இளையதம்பியைக் கொன்றது ஏழு கொள்ளையர்கள் கூட்டம் என்று புலிக்குத்திப் பாண்டியனுக்கும் தகவல் வந்து சேர்ந்தது. இனி இவர்களை இப்படியே விட்டால் நல்லதுக்கல்ல என்று புலிக்குத்திப் பாண்டியன் முடிவு செய்தார். ஊரோடு சேர்ந்து கொள்ளையர்களை அழிக்கத் திட்டம் போட்டார். அதற்காக தன்னுடைய பொன், வெள்ளி, தானியங்களைப் பயன்படுத்த முடிவு செய்து, ஊரையும் தயார் செய்தார்.

புலியிறங்கி ஊரிலிருந்து சில குடும்பங்களை குழந்தை குட்டிகளோடு கடையால்புதூர் மலையடிவாரப் பாதையில் போக வைத்தார். அவர்கள் நகைகளைப் போட்டுக்கொண்டு மாட்டு வண்டியில் நெல் மூட்டைகளை அடுக்கிக் கொண்டு போனார்கள். இந்தத் தகவல் கொள்ளையர்களுக்கு தெரிவது போல இருக்க, அந்தப் பகுதி மக்களிடம் அரசல்புரசலாக பேச்சை பரவ விட்டார். ஆனால் புலியிறங்கி ஊர்க்காரர்கள் என்று யாரும் கண்டுபிடித்து விடாதபடி கவனமாக பார்த்துக் கொண்டார். அதுபோலத்தான் அவரது செயல்களும் இருந்தன.

ராத்திரியில் கடையால்புதூர் மலையடிவாரக் கணவாயை மக்கள் கூட்டம் கடக்கும்போது, கொள்ளையர்கள் கூட்டமும் வந்தது. சின்னக் குழந்தைகளின் கழுத்தில் கிடந்த நகைநட்டு முதல் மாட்டுவண்டிகள் வரை எல்லாவற்றையும் சிவமுத்து தலைமையில் வந்த ஆறு பேரும் பறித்தார்கள். மக்கள் யாரும் எந்த எதிர்ப்பும் காட்டவில்லை. கொள்ளையர்கள் போய் மறைந்ததும் இன்னொரு கூட்டம் மக்களைத் தொடர்ந்து வந்தது. அதில் புலிக்குத்திப் பாண்டியன் இருந்தார்.

மொத்தமாக எல்லோரும் சேர்ந்து கொள்ளையர்கள் போன பாதையில் போனார்கள். கொள்ளையர்களின் வீடு ஊருக்கு வெளியே இருப்பதால் தீவட்டி எதுவும் கொளுத்தாமல் நிலவு வெளிச்சத்தில் பதுங்கிப் பதுங்கி நடந்தார்கள். கையில் இலுப்பை எண்ணெயில் ஊறவைக்கப்பட்ட துணிகளும், ஆமணக்கு முத்துக்களும், அரிவாள்களும், ஈட்டிகளும் இருந்தன.

புலியிறங்கிக்காரர்கள் கொள்ளையர்களின் வீட்டைச் சுற்றி வளைத்து வெளிப்பக்கம் தாழிட்டுக் கொண்டு இலுப்பை எண்ணெயில் ஊற வைத்த துணிகளை வீட்டின் மேல் வீசினார்கள். புலிக்குத்திப் பாண்டியன் ஒரு தீவட்டியைக் கொளுத்தி வீட்டின் மேல் வீசினார். இலுப்பை எண்ணெயில் ஊற வைத்த துணிகளில் தீ பட்டதும் மளமளவென்று எரியத் தொடங்கியது. அதன் மேல் ஆமணக்குமுத்துகளையும் வீசினார்கள்.

வீட்டின் நான்கு பக்கத்தில் இருந்தும் தீ வைத்தார்கள். வீட்டுக்குள் இருந்து ஒரு பெண் அலறும் சத்தம் கேட்டது. கொள்ளையர்களில் யாரோ ஒருவன் பெண் குரலில் கத்தி காப்பாற்றக் கூப்பிடுகிறான் என்று புலியிறங்கிக்காரர்கள் நினைத்தார்கள். வீடு முழுவதும் எரிவதைப் பார்த்து வேகமாக ஆறு கொள்ளையர்களும் ஓடி வந்தார்கள்.

'ஐயோ! ஐயோ! தங்கச்சி, வானவி' என்று கதறினார்கள். புலியிறங்கிக்காரர்கள் அவர்களைச் சுற்றி வளைத்தபோது, இடுப்பில் வைத்திருந்த கத்தியை எடுத்து ஆறுபேரும் தங்கள் கழுத்தை அறுத்துக் கொண்டனர்.

மலையில் ஆடு மேய்த்து அங்கேயே தங்கியிருப்பவர்கள் தீ எரிவதைப் பார்த்து ஓடி வந்தார்கள். புலியிறங்கிக்காரர்கள் அவர்களைப் பிடித்து விசாரிக்கும்போது, 'ஏழுபேரில் ஒருவன் புலியிறங்கி ஊருக்குக் கொள்ளைக்குப் போகும்போது இறந்துவிட்டான். மீதி இருந்த ஆறுபேரும் கொள்ளையடித்து வருவதை தங்கச்சி வானவி இல்லாதவர்களுக்குக் கொடுப்பதை' ஆடுமேய்க்கும் கூட்டத்தில் உள்ள பெரியவர் சொன்னார்.

வீட்டிற்குள் கேட்ட பெண் குரல் கொள்ளையர்களின் தங்கச்சி வானவியோடது என்று புலிக்குத்திப் பாண்டியன் புரிந்து கொண்டார். அதற்குள் வீடு முழுவதுமாய் எரிந்து முடிந்து நெருப்பும் அணைந்து கொண்டிருந்தது. வீட்டின் அருகே குழி வெட்டி ஆறுபேரையும் புலியிறங்கிக்காரர்கள் அடக்கம் செய்தார்கள். விடியும்போது நெருப்பும் முழுமையாக அணைந்து ஆறிப் போயிருந்தது.

ராம் தங்கம்

வானவி கருகிப் போய்க் கிடந்தாள். புலிக்குத்திப் பாண்டியனுக்கு மனம் உடைந்தது. ஆறுபேரை புதைத்ததின் அருகில் இன்னொரு குழியைத் தோண்டி வானவியையும் புதைக்கச் சொன்னார். அவளைப் புதைத்தபின் புலிக்குத்திப் பாண்டியன் தன் தோளில் கிடந்த துண்டை எடுத்து விரித்து அதில் வானவி உடல் கருகிக் கிடந்த இடத்திலிருந்து ஒரு பிடி மண்ணை அள்ளிப் போட்டு துண்டை எடுத்தார்.

எல்லோரும் அமைதியாக புலியிறங்கி ஊர் நோக்கி நடந்தார்கள். ஊர் எல்லையில் நிற்கும் தொதி மரத்தடி வந்ததும் புலிக்குத்திப் பாண்டியன், புலிக்குத்தி நடுகல் அருகே துண்டில் இருந்த மண்ணை வைத்து வணங்கினார். மற்றவர்கள் அதில் பீடம் அமைக்கத் தொடங்கினார்கள். பீடம் எழும்பியதும் அதன்முன் விளக்கு கொளுத்தி வைத்து ஆரம்போட்டு ஒவ்வொருவராக கும்பிட்டுவிட்டு வீட்டுக்குப் போனார்கள். புலிக்குத்திப் பாண்டியனும் கடைசியாகக் கும்பிட்டுவிட்டு நடக்கும்போது பின்னால் புலி உறுமுவது போல சத்தம் கேட்டது. திரும்பிப் பார்த்தார். பீடத்தின் முன்னால் இருந்த விளக்கின் திரி பிரகாசமாக எரிந்து கொண்டிருந்தது.

காத்திருப்பு

என் வீடு விஷ்ணுசாரத்தில் இருக்கிறது. பெரிய மலையை மறைக்கும் அளவுக்கு உயர்ந்த கோபுரங்களைக் கொண்ட விஷ்ணுகோயில்தான் ஊருக்கு அடையாளம். ஊருக்குப் போகிற வழியில், பழையாற்றங்கரையில் தென்னந்தோப்புகளும், வயல்வெளிகளும் ரம்மியமாகக் காட்சி தரும். கோயிலைச் சுற்றியுள்ள தேரோடும் வீதி எப்போதும் அமைதியாகவே காணப்படும். கோயிலின் எதிரே உள்ள பெரிய தெப்பக்குளம் விஷ்ணுசாரம் கிராமத்தை அழகாக மாற்றியிருக்கும். ஊருக்கு வெளியே எங்கிருந்து பார்த்தாலும் தேக்குமரத்தில் செய்து, செம்புத்தகடு பொதியப்பட்ட 40 அடி உயரக் கொடிமரம் தெரியும். அதன் உச்சியில் தங்கமுலாம் பூசப்பட்ட கருடனின் விக்கிரகம் மேற்கு பார்த்து இருக்கும். தெற்கு வீதியில் நகர்ந்து செல்லும் வீடுபோல தேர் நின்று கொண்டிருக்கும்.

நரசிம்மர், இரணியனை வதம் செய்தபோது ஆவேசம் அடங்காமல் நிற்க பிரகலாதன் ஸ்தோத்திரம் செய்தான். லட்சுமி தேவியோ,

பெருமாளின் சினம் தவிர்க்க தாமரையில் அமர்ந்து தவம் செய்தாள். பெருமாளும் சினம் தணிந்து அமைதியானார். அந்தக் கோலமே கோயிலில் உள்ளது. இதனால் தான் மூலவர் திருவாழ்மார்பன் என வழிபடப்படுகிறார். திருவாகிய லட்சுமி, விஷ்ணுவைச் சார்ந்து இந்த ஊரிலேயே தங்கியதாகச் சொல்லப்படுவதுண்டு.

ஊருக்குப் பல எழுத்தாளர்களும் வருவார்கள். அதற்குக் காரணம் சுப்பிரமணியன் அண்ணாச்சி. அவர்தான் ஊரின் தீவிர இலக்கிய வாசிப்பாளர். எந்த எழுத்தாளரின் புத்தகத்தை வாசித்தாலும், உடனே அவர்களைக் கடிதம் மூலமோ, போனிலோ தொடர்புகொண்டு பாராட்டுவது, தன் கருத்துகளைச் சொல்வது அவருடைய வழக்கம். உரையாடல் முடியும்போது கடைசி வார்த்தையாக 'எங்க வீட்டுக்கு நீங்க வந்தா, என் குடும்பம் ரொம்ப சந்தோஷப்படும். எப்போ வாறீங்க சொல்லுங்க? நானே டிக்கெட் போடுகேன்' என்று சொல்வார்.

'சரி பாப்போம்' என்று யாராவது சொன்னால், அதிலிருந்து அவர்கள் வீட்டிற்கு வந்து செல்வதுவரை, அவரது அன்புத்தொல்லை அதிகரித்துக் கொண்டிருக்கும். அப்படி வருபவர்களால், குடும்பத்தினரின் மனநிலை கொண்டாட்டத்தின் உச்சிக்குச் செல்லும். மேற்குரத வீதியில், அவர் வீட்டிலிருந்து மீன் குழம்பு வாசமும், இறைச்சி பொரிக்கும் மணமும், கிழக்குரத வீதியில் என் வீடுவரை வரும்.

அண்ணாச்சிக்குத் தொழில் மளிகைக் கடை. அவரது கடையிலிருந்து பார்த்தால் தேரோடும் நான்கு வீதிகளின் நடுவே கிழக்கு பார்த்தபடி இருக்கும் கோயிலின் முகப்பில் சீதை, ராமர், லஷ்மணர், அனுமன், கருடன் சுதைச் சிற்பங்கள் தெரியும். அண்ணாச்சியின் மளிகைக்கடையில் புதுமைப்பித்தன், சுந்தர ராமசாமி, ஜெயகாந்தன் எனப் பல எழுத்தாளர்களின் போட்டோக்கள் கடவுள் படங்களுக்கு நிகராக இருக்கும். கல்லாப் பெட்டியில் அவர் உட்காரும் நாற்காலிக்குப் பின்னால் கண்ணாடிப் பேழைக்குள் நாவல், சிறுகதைகள் எனப் புதிய புதிய புத்தகங்கள் அடுக்கி வைக்கப்பட்டு, அதுவும் விற்பனைக்கு இருக்கும்.

எந்த எழுத்தாளர் இறந்தாலும், கடைக்கு முன் மேஜைபோட்டு எழுத்தாளரின் படத்தை வைத்து, அதன் அருகே அவர் எழுதிய புத்தகங்களை வைத்துவிடுவார். தேவைப்படுபவர்கள் எடுத்துக்கொண்டு போவார்கள். மாதந்தோறும் ஆயிரம் ரூபாய்க்கு மேல் மளிகை சாமான் வாங்கினால் ஒரு புத்தகத்தை அன்பளிப்பாகக் கொடுப்பார். அதுவும் புத்தகம் வாசிப்பவர்களுக்கு மட்டும்தான். அப்படித்தான் என் வீட்டிற்கும் பல புத்தகங்கள் வந்து சேர்ந்தன.

புத்தகத்துக்காகவே, ஒரு சோப்பு வாங்கினால்கூட ஒரு நோட்டில் எழுதி வைத்து மாதந்தோறும் ஆயிரம் ரூபாய்க்கு மேல் சாமானம் வாங்கி விடுவோம். நிறைய நிலபுலன்கள், சொத்து வருமானம் இருந்ததால் நாளுக்குநாள் அண்ணாச்சியின் இலக்கியச் சேவை பெரிதாகிக் கொண்டே இருந்தது. ஊரில் யாராவது கதைகள் எழுதி இருப்பதைக் கேள்விப்பட்டால் அவர்களுக்குப் பல புத்தகங்களைப் பரிசாகக் கொடுத்து வாசிக்க வைப்பார்.

அசோகமித்திரன் இறந்தபோது, அண்ணாச்சி, அவரது மளிகைக்கடைக்கு எதிரே இருக்கும் ராஜேஷ் ஸ்டூடியோவில் அசோகமித்திரன் படத்தை பிரிண்ட் போட்டு வாங்கி, வழக்கமாக ஒட்டும் கார்ட்போர்டில் ஒட்டியிருந்தார். இறந்துபோன துக்கம் ஒரு துளிகூட இல்லாமல், மெலிந்த தேகம் கொண்ட அசோகமித்திரன் கோட் அணிந்தபடி ஆர்ப்பாட்டம் இல்லாத எளிய சிரிப்போடு வருவோரையும், தன்னைக் கடந்து செல்வோரையும் போட்டோவிலிருந்து பார்த்துக் கொண்டிருந்தார். அவரைப் பார்த்த ஊர்க்காரர்கள் ‘என்ன அண்ணாச்சி, செத்துப்போனது வெளிநாட்டு எழுத்தாளரா?’ என்று கேட்டுவிட்டுப் போனார்கள்.

இரண்டு கிலோமீட்டர் தூரத்தில் இருக்கும் சுதர்சன் புக் சென்டரில் இருந்து அண்ணாச்சி வாங்கி வந்த அசோகமித்திரன் கதைகளும், நாவல்களும் மேஜைமீது இருந்தன. ஒரு நபர் ஒரு புத்தகம்தான் எடுக்க

வேண்டும். புத்தகத்தை எடுத்து விட்டு அசோகமித்திரனைப் பார்த்தால், அப்போதும் அவர் சிரித்துக் கொண்டுதான் இருப்பார்.

அங்கு சென்ற நான் படத்திற்கு முன்னால் போய் சாரத்தை இறக்கிவிட்டு அசோகமித்திரனைப் பார்த்தேன். அவர் என்னிடம் பேச முயற்சிப்பது போலத் தோன்றியது. அவரை எனக்கு அறிமுகம் செய்ததே அண்ணாச்சிதான். அவர் நடத்தும் இலக்கியக் கூட்டங்களுக்குப் போய்தான், வாசிப்பு அனுபவமும், இலக்கிய ஆர்வமும் வந்தது.

சாரத்தை மடித்துக் கட்டிக்கொண்டு புத்தகங்களைப் புரட்டினேன். 'ஒற்றன்' புத்தகத்தை எடுத்து விட்டு அண்ணாச்சியை எட்டிப் பார்த்தேன். அவர் வியாபாரத்தில் மும்முரமாக இருந்தார். 'அண்ணாச்சி வரட்டுமா?' என்று வலது கையில் 'ஒற்றன்' புத்தகத்தை மட்டும் எடுத்தேன் என்று காட்டும்படி கையால் அசைத்துக் காட்டினேன்.

'சரிடே வாசு, போயிட்டு வாடே' என்றார் அவர்.

வாசுதேவபுத்திரன் என் பெயர். ஊரில் எல்லோரும் வாசு என்றே அழைப்பார்கள். அண்ணாச்சிக்கு என்னை ரொம்பப் பிடிக்கும். அவருக்கு இரண்டு மகன்கள். மூத்தவன் ஆதிகேசவன். இளையவன் விஷ்ணுவரதன். இரண்டு பேருமே என்னைவிடச் சிறியவர்கள். மனைவி சாந்திக்கு வீட்டு வேலையே சரியாக இருக்கும். அதனால் வெளியில் அவர் தலை தெரிவதே குறைவுதான். ஏதாவது கல்யாணம், சடங்கு, பால் காய்ச்சி வீடுகளில் கண்டால்தான் உண்டு. தலை நிறைய மல்லிகைப்பூ, கழுத்து நிறைய நகைகளுடன் லட்சுமி கடாட்சமாகத் தென்படுவார்.

அண்ணாச்சிக்கு மூத்தமகன் ஒருவன் உண்டு. அவன் பெயர் ரிஷிகேசன். அவனுக்கு என் வயதுதான். நானும், அவனும் சத்துணவு பள்ளிக்கூடத்தில் ஒன்றாகத்தான் படித்தோம். தெற்குரத வீதியில், சத்துணவு பள்ளிக்கூடமும் இருந்தது. சத்துணவு ஆயா என்னைக் கொண்டு வீட்டில் விட்ட பிறகுதான் அவனைக் கொண்டு விடுவாள்.

அதுவரை நான், ஆயாவின் கையைப் பிடித்திருப்பேன். அவன் என் கையைப் பிடித்திருப்பான். சத்துணவில் தரும் மாவு உருண்டைகளைப் பலநேரம் உடைத்து விளையாடிக் கொண்டிருப்போம். மதியம் அவனது அம்மா சாந்தி சோறு கொண்டுவந்து ஊட்டி விடுவாள். எனக்கும் சேர்த்துதான். வறுத்து அரைத்த மீன் குழம்பு ருசியும், முள் இல்லாமல் பிய்த்துத் தரும் பொரித்த மீனின் ருசியும் இப்போதும் நினைவில் இருக்கிறது. இருவரும் சாப்பிட்டு முடிந்ததும் எங்கள் வாயைக் கழுவிவிட்டு, மூக்கை சிந்தச் சொல்லி துடைத்துவிட்டுப் போவாள்.

கோயிலில் சித்திரை மாதம் மிருகசீரிஷம் நட்சத்திரத்தில் திருவிழா தொடங்கி பத்துநாள் நடக்கும். ஐந்தாம்நாள் கருட சேவை. ஆறாம்நாள் சாமி யானை மீது பவனி வரும், ஒன்பதாம்நாள் தேரோட்டம். அன்று காலை தேரோடும் நான்கு வீதிகளும் மக்கள் வெள்ளமாக இருக்கும். ஒருபிடி மண்ணை மேலே போட்டாலும் கீழே விழாது. அவ்வளவு ஜன நெரிசல் காணப்படும். உள்ளூர், வெளியூர் பக்தர்களும் கணிசமாக வந்திருப்பார்கள்.

அப்படியொரு திருவிழாக் கூட்டத்தில்தான் அண்ணாச்சியின் மகன் ரிஷிகேசன் காணாமல் போனான். அப்போது அவனுக்கு நான்கு வயதுதான். அந்த சமயம் அவருக்கு அவன் மட்டும்தான் மகன். அவனை எங்கு தேடியும் கிடைக்கவில்லை. திருவிழா முடிந்த பிறகும், அண்ணாச்சியின் மனைவி தினமும் தேரோடும் நான்கு வீதிகளிலும் மூன்று வேளையும் சுற்றிவந்து அவனைத் தேடுவாள். அண்ணாச்சி, வடசேரி போலீஸ் ஸ்டேஷனில் ரிஷிகேசனைக் காணவில்லை என எழுதிக் கொடுத்துவிட்டு வந்ததாக என் அப்பா சொன்னார். அண்ணாச்சியும், கொஞ்சநாளில் மனசு உடைந்து குடித்துவிட்டு ரோட்டில் விழுந்து கிடந்தார்.

அண்ணாச்சியின் அம்மா பாம்படம் பாட்டி, ஏசிஏசியே அவரை வீட்டுக்குக் கூட்டிக்கொண்டு போவாள். பாட்டி கோயிலின் கோபுரத்தைப்

பார்த்து இரண்டு கைகளையும் நீட்டி 'ஏ திருமால்பா, ஒனக்கு நாங்க என்ன பாவம் செஞ்சோம்? யாம் இப்புடி எங்கெ குடும்பத்தைச் சீரழிக்க?' என்று திருவாழ்மார்பனின் காது கிழியக் கத்துவாள். அப்போது அவளின் பாம்படம் அத்துவிழுவது போல ஆடும். அண்ணாச்சியின் மனைவியும், மிகவும் சோர்ந்த மனநிலைக்குப் போய்விட்டாள். என்னை அடிக்கடி அவர்கள் வீட்டுக்குக் கூட்டிக்கொண்டு போய் விடுவாள். பிறகு என் அம்மா வந்து என்னை அழைத்து வருவாள்.

ரொம்ப வருஷம் முன்பு ஊருக்கு, வடக்கிலிருந்து ஆழ்வார் என்கிற சாமியார் ஒருவர் வந்து இங்கேயே தங்கிவிட்டார். அவர் நாமத்தை மூக்கின் மேல் வளைத்துப் போட்டிருப்பார். அதனால் அவரை ஊர்க்காரர்கள் கொண்டி சாமியார் என்றுதான் சொல்லுவார்கள். அதிகாலையிலேயே தெப்பக்குளத்தில் குளித்துவிட்டு விஷ்ணுகோயிலில் நாலாயிர திவ்ய பிரபந்தம் பாடிக் கொண்டிருப்பார்.

ஆழ்வார் சாமியார், அண்ணாச்சியிடம் நட்பாகி, நெருங்கிப் பழகத் தொடங்கினார். அவர்தான் கொஞ்சம் கொஞ்சமாகப் பேசித் திருத்தினார். 'திருவிழாவுல காணாமப் போனவன், திருவிழாலயே உங்கிட்ட திரும்பி வருவான்' என்று சொல்லி அண்ணாச்சியைத் தேற்றினார். அதன்பின் அண்ணாச்சியிடம் ஆதிகேசவன் பெயரில் மளிகைக் கடை வைக்கச் சொல்லி அவர் கவனத்தைத் திருப்பினார்.

அப்போதெல்லாம் ஊருக்கு ஆழ்வார் சாமியாரை சந்திக்க சில எழுத்தாளர்கள் வருவார்கள். அவர்களோடு அவர் சுசீந்திரம், திருவட்டாறு கோயில்களுக்குப் போவார். ஆழ்வார் சாமியாரும், அண்ணாச்சிக்கு எழுத்தாளர்களை அறிமுகம் செய்து வைக்க, அண்ணாச்சிக்குக் கொஞ்சம் கொஞ்சமாக வாசிப்பு ஆர்வமும், இலக்கிய ஆர்வமும் ஏற்பட்டது. அதன்பின் புத்தகங்களை அதிகமாக வாசிக்கத் தொடங்கி, பல ஊர்களில் உள்ள எழுத்தாளர்களுக்கு விஷ்ணுசாரம் என்கிற ஊர் இருக்கிறது என்று தெரியும்படி செய்துவிட்டார்.

ரிஷிகேசன், காணாமல் போய் ஐந்து வருடம் கழித்து அண்ணாச்சிக்கு இப்போதிருக்கும் இரண்டு மகன்களும் பிறந்தார்கள். அதன்பின் அவர் ஊரில் வரவழைக்காத எழுத்தாளர்களே இல்லை. அவர் நடத்தும் 'நாஞ்சில் இலக்கியச் சங்கமம்' அமைப்பில் மாதந்தோறும் கூட்டங்கள் நடக்கும். ஊரைச் சுற்றி ஓடும் பழையாற்றங்கரையில் அறுப்பு முடிந்தால் அவருடைய வயலில் சேர் போட்டு கூட்டங்களை நடத்துவார். வயலில் விரிக்கப்பட்ட ஜமுக்காளத்தில் நாங்கள் எல்லோரும் உட்கார்ந்து பார்த்துக் கொண்டிருப்போம். வயலில் நாற்று நின்றால் தெப்பகுளத்தங்கரையில் இருக்கும் கல் மண்டபத்தில் வைத்து கூட்டம் நடக்கும்.

முன்பெல்லாம் அறுப்பு முடிந்த வயலில்தான் தோல்பாவைக்கூத்து நடக்கும். பாவைக்கூத்துக்காரர்கள் ஆற்றங்கரையை ஒட்டிய கல் மண்டபத்தில் தங்கி ராத்திரி கூத்து நிகழ்த்துவார்கள். பகலில், ஊருக்குள் வந்து ஒவ்வொரு வீடாக அரிசி, பருப்பு, காய்கறி வாங்கிப் போவார்கள். பத்து நாட்கள் ராமாயணக் கதை நடக்கும். இடையில் இரண்டு நாட்கள் நல்லதங்காள் கதை, மயில் ராவணன் கதை, கடைசிநாள் ராமர் பட்டாபிஷேகம் நடக்கும். அதன்பிறகு ஊர்ப் பெரியவர்கள் தோல் பாவைக்கூத்துக்காரர்களுக்கு, வேட்டி சேலை கொடுத்து மரியாதை செய்வார்கள். பாவைக்கூத்து பார்ப்பவர்களுக்கு ஒரு வாளி நிறைய அவித்த நிலக்கடலையும், ஒரு வாளி சுண்டலும், சுக்குக் காப்பியும் அண்ணாச்சி கொண்டு வந்து விளம்புவார்.

அண்ணாச்சிதான் எங்கள் ஊரின் பஞ்சாயத்து போர்டு பிரசிடெண்ட். அதனால் அடிக்கடி ஊரில் ஏதாவது வீதியிலும், தெருவிலும் அவரைப் பார்க்கலாம். கடந்தமுறை இந்தியாவின் சுத்தமான ஊராட்சிக்கான விருதை குடியரசுத் தலைவரிடம் இருந்து வாங்கியிருந்தார். ஊரில் யாருக்கு என்ன பிரச்னை என்றாலும் அண்ணாச்சியிடமே வரும். அதன்பிறகே போலீஸ் ஸ்டேஷன் போகும்

இப்படி பரபரப்பாக இருக்கும் அவருடைய வாழ்க்கையில் இருபத்தைந்து வருடம் கழித்து, சென்ற சித்திரைத் திருவிழாவின் மூன்றாவது நாள் சுவாமி சிங்க வாகனத்தில் பவனி வரும் அன்று ரிஷிகேசன் வந்து சேர்ந்தான். பெரும்பாலும் எல்லாரும் கோயிலுக்குப் போவதற்கு முன் அண்ணாச்சி கடைக்கு எதிரே இருக்கும் தெப்பக்குளத்திலோ அல்லது பழையாற்றிலோ குளித்துவிட்டோ, கால் கழுவி விட்டோ கோயிலுக்கு வருவார்கள்.

அப்படி கால் கழுவிவிட்டு வந்த ரிஷிகேசன், ஆதிகேசவன் மளிகைக் கடையில் இருந்த புத்தகங்களைப் பார்த்து நாஞ்சில் நாடனின் 'சூடிய பூ சூடற்க' புத்தகத்தை வாங்கினான். அண்ணாச்சிதான் கடையில் இருந்தார். ரிஷிகேசன் புத்தகத்தைக் கேட்டதும், சிரித்துக்கொண்டே எடுத்துக் கொடுத்தார். அவன் ரூபாய்கொடுக்கும் போது,

'தம்பி ஊருக்குப் புதுசாருக்கு. யார் வீட்டுக்கு வந்துருக்கிய?' என்று கேட்டார்.

'கோயிலுக்குதான் வந்து இருக்கேன் சார்'

'அப்படியா, தம்பி பேரென்ன?'

'விஷ்ணு'

'அட, யென் மொவன் பேர்கூட விஷ்ணுதான். தம்பி புக்கெல்லாம் நிறைய வாசிப்பியளோ?'

'பெரிய வாசிப்பெல்லாம் இல்ல சார். ஏதோ ஓரளவு வாசிப்பேன் சார்'

'தம்பி எந்த ஊர்லருந்து வாறிய?'

'கொச்சியிலருந்து வாரேன் சார்'

'ஓ அங்கவுள்ள தமிழ்காரய தானா?'

‘ஆமா சார்’

‘இந்தக் கோயிலுக்கு எப்புடி வந்திய?’

‘இந்தக் கோயிலுக்கு வந்த பெறகுதான் நா பொறந்தேன்னு எங்க அம்மாவும், அப்பாவும் சொல்லுவாங்க. வருஷம் தோறும் திருவிழாக்கு அவங்கதான் வருவாங்க. இந்த வருஷம் அவங்களால வரமுடியல. அதனாலதான் என்ன கோயிலுக்குப் போவச் சொன்னாங்க. அதான் வந்திருக்கேன் சார்’ என்று சொல்லிவிட்டு புத்தகத்தின் முன் அட்டையை அவன் பார்க்கும்போது,

‘இந்த புக்கு எழுதுன எழுத்தாளர் நாஞ்சில் நாடன் நமக்குப் பக்கத்து ஊர் வீர்ணாமங்கலம்தான்’ என்றார்.

‘அப்படியா! சார். இப்போ போனா அவரப் பாக்க முடியுமா?’

‘இப்போ அவிய கோயம்புத்தூர்ல செட்டிலாயிட்டாவ. ஊருக்கு எதாவது விசேஷத்துக்கு வந்தா நா போய் ஒரு எட்டு பாத்துட்டு வந்துருவேன். அவியளும் நம்ம ஊரு வந்துருக்காவ. சரி வாங்க, நாம கோயிலுக்குப் போவோம்’ என்று கல்லாப் பெட்டியில் இருந்து எழும்பி கடைப்பையனிடம் கடையைப் பார்க்கச் சொல்லி, அண்ணாச்சி அவனைக் கோயிலுக்குக் கூட்டிச் சென்றுவிட்டு புத்தகங்கள் குறித்துப் பேச, அவனும் வாசித்த புத்தகங்கள் குறித்து பேச அண்ணாச்சிக்கு ரொம்பப் பிடித்துப் போய்விட்டது.

அவர் அவனை வீட்டுக்குக் கூட்டிக்கொண்டு போய் மனைவி சாந்தியிடம் அறிமுகப்படுத்திவிட்டு, மதியம் ஆகிவிட்டதால் ‘சாப்ட்டுட்டு தான் போவணும்’ என்று அவனிடம் சொன்னார். அவரது மனைவியும் அப்படியே சொல்லி கைகழுவ ஒரு சொம்பு தண்ணீர் கோரிக் கொடுத்தாள். அண்ணாச்சி, வீட்டின் பின்புறம் உள்ள வாழையில் இலை அறுத்து வந்தார். வீட்டில் சாப்பிட உட்கார்ந்த அவன், எழுத்தாளர்களின் போட்டோக்களும், புத்தகங்களும் நிறைந்த வீட்டைச் சுற்றிச்சுற்றிப் பார்த்தான்.

சாப்பாடு விளம்பத் தொடங்கியதும், அண்ணாச்சியின் இரண்டு மகன்களும் அண்ணாச்சியிடமும் அவரது மனைவியிடமும் விளையாடிப் பேசிக் கொண்டிருப்பதைப் பார்த்தபடியே அவன் சாப்பிட்டான். அவர்களையும் அண்ணாச்சி அறிமுகம் செய்தார். சாப்பிட்டு முடித்து கை கழுவியதும் வீட்டில் உள்ள புத்தகங்களைக் காண்பித்தார்.

'சரி சார். நா இனி கிளம்புறேன்' என்று சொன்னதும் அவனைக் கொண்டுவிட அண்ணாச்சியும் வெளியே இறங்கினார். அப்போது அவரின் மகன் ஆதிகேசவன் பைக்கை ஸ்டார்ட் செய்ய, 'லே மக்கா, எங்கப் போற? இந்த அண்ணன வடசேரி பஸ் ஸ்டாண்டுல கொண்டுவிட்டுரு' என்று சொன்னார்.

அண்ணாச்சியின் மனைவியும், இளையமகன் விஷ்ணுவரதனும் வாசல்படியில் நின்று கொண்டிருந்தார்கள். அப்போது ரிஷிகேசன் 'நாம எல்லோரும் சேர்ந்து ஒரு போட்டோ எடுத்துக்கலாமா?' என்று கேட்டான். ஐந்துபேரும் சேர்ந்து போட்டோ எடுத்ததும் அண்ணாச்சியின் போன் நம்பரை வாங்கிவிட்டு, ஆதிகேசவன் பைக்கில் ரிஷிகேசன் ஏறி மேற்குரத வீதியைக் கடக்கும்போது, ஆழ்வார் சாமியார் எதிரே வந்தார். அப்போது பைக்கை நிறுத்தி 'சாமி, அப்பா வீட்டிலதான் இருக்காவ. போய் சாப்பிடுங்க. நா வடசேரி வரப் போறேன்' என்று ஆதிகேசவன் சொன்னான்.

ஆழ்வார் சாமியார் பைக்கின் பின்னால் இருந்த ரிஷிகேசனின் முகத்தை உற்றுப் பார்த்தார். அவனும், அவரைப் பார்த்து லேசாகச் சிரித்தான். வீட்டிற்குப் போன ஆழ்வார் சாமியார், சாப்பிட்டுக் கொண்டிருக்கும்போது 'மக்கமார் ரெண்டுபேரும் பைக்ல வடசேரிக்குப் போறாங்கல்லா, வரும்போது கனகமூலம் சந்தையிலிருந்து வெத்தில பாக்கும், எலுமிச்சம்பழமும் வாங்கிட்டு வரச் சொல்லு' என்றார்.

‘ரெண்டுபேரு இல்ல சாமி, இளையவன் வீட்லதான் இருக்கான். மூத்தவன்தான், வெளியூரிலருந்து கோயிலுக்கு வந்த தம்பிய கொண்டுவிட வடசேரிக்கிப் போயிருக்கான்’

ஆழ்வார் சாமியார் சாப்பிட்டு கை கழுவி முடித்ததும், ‘சுப்பிரமணி அப்ப ஒனக்கு எதுவும் தெரியாதா?’

‘இல்ல சாமி... எதுவும் தெரியாதே. என்ன நடந்துச்சி? என்ன பிரச்னை?’

‘வண்டியில போன ரெண்டு பேருமே உன் மக்கமார்தான். வெளியூரில் இருந்து ஒரு தம்பி வந்தான்னு சொன்னியே, அவன்தான் திருவிழால காணாமப் போன ஒனக்க மூத்த மொவன். திருவிழாவுல காணாமப் போனவன் திருவிழாவுலயே திரும்ப வந்துருக்கான்’

‘சாமி, உண்மையாவா சொல்றிங்க?’ என்றபடி போனை எடுத்து ஆதிகேசவனுக்கு அண்ணாச்சி போன் செய்தார்.

‘அப்பா, நா அந்த அண்ணன பஸ் ஸ்டாண்ட்ல கொண்டு விடல. ஓட்டாப்பீஸ் பஸ் ஸ்டாப்புலருந்து பஸ் ஏத்தி விட்டுட்டேன்’ என்று சொல்ல, அதன்பின் எல்லோரும் பஸ் ஸ்டாண்டில் போய் தேடினார்கள். எங்கேயும் அவன் தென்படவில்லை. இரண்டு நாளுக்கு அண்ணாச்சியின் குடும்பத்தில் ஒரே அழுகைதான். ஊர் முழுக்க இதே பேச்சாகப் போய்விட்டது. வயசான கிழவிகள் ‘வந்தெ பிள்ளய தொலைச்சிட்டியே, பிள்ளய தொலச்சிட்டியே’ என்று அண்ணாச்சி வீட்டில் போய் புலம்பிக் கொண்டிருந்தார்கள்.

இரண்டு நாளாக மூஞ்சியைக் கூடக் கழுவாமல் தேம்பித் தேம்பி அழுத ரேகைகள் அண்ணாச்சியின் முகத்தில் தெரிந்தன. சோறுகூட வடிக்காமல் அப்படியே அழுது நொந்துபோய் குடும்பமே இருந்தது. அப்போது நானும் என் அம்மாவும் அண்ணாச்சி வீட்டில்தான் இருந்தோம். அண்ணாச்சி என்னைப் பார்த்து ‘ஏலே மக்கா, உன் பிரண்டு வந்துட்டுப்

போயிருக்காமுடே. நாமதான் அவனக் கண்டுபிடிக்காம உட்டுட்டோம்' என்று சொல்லி அழுதார்.

என் அம்மா, அண்ணாச்சியின் மனைவியின் பக்கத்தில் போய் உட்கார்ந்து 'கண்டிப்பா ஓமொவன் திரும்பி வந்துருவான் சாந்தி. கவலைப்படாத' என்று சொல்லிக் கொண்டிருந்தாள். ஆழ்வார் சாமியாரும், கண்டிப்பாக 'அவன் அடுத்த திருவிழாவுக்கு வந்துடுவான்' என்று அண்ணாச்சியிடம் சொன்னார்.

ஒரு திருவிழா நடந்து முடிந்துவிட்டது. அவன் வரவில்லை. அடுத்த திருவிழாவிற்கு எப்படியும் வந்து விடுவான் என அண்ணாச்சி குடும்பத்தோடு காத்துக் கொண்டிருக்கிறார். நானும் காத்துக் கொண்டிருக்கிறேன். விஷ்ணுசாரமும் காத்துக் கொண்டிருக்கிறது.

அந்நியம்

செந்திலுக்கு வீடு அந்நியப்பட்டே இருந்தது. வீட்டுக்குப் போகும்போதெல்லாம் சிறைச்சாலைக்குள் அடைபடப்போவதுபோல் மனம் விம்மி நிற்கும். எல்லோருக்கும் ஏற்றதாக இருக்கும் வீடு, அவனுக்கு ஏற்றதாக இல்லை. வீட்டிற்குள்ளும் வெளியிலும் இருக்கும் சுவர்களின் கறைகள் போல அவன் மனதிலும் பல ஒட்டியிருந்தன. காரணம் அவன் அம்மா கோமதி. அவனை மட்டும் ஏதோ விலங்கிற்குப் பெற்றதாகவே அவளது செய்கைகள் இருக்கும். அதையெல்லாம் சகித்துக்கொண்டு அவனால், அந்த வீட்டுக்குள் நிம்மதியாக இருக்க முடியவில்லை.

செந்திலுக்கு ஏழு வயதாக இருக்கும்போது அவனது அப்பா அழகப்பன் இரண்டாவது கல்யாணம் செய்து கொண்டு போய்விட்டார். அழகப்பனின் அப்பா வீட்டிலும் அவர்களைச் சேர்க்கவில்லை. அதன்பின் தங்கை ரேணுகாவும், அம்மாவும் இருந்த வீட்டுக்குள் மூன்றாவது நபர் வந்து போவதை செந்திலால் ஏற்றுக்கொள்ள முடியவில்லை.

எல்லோரிடமும் கலகலப்பாகப் பேசிக் கொண்டிருக்கும் கோமதியின் தனிமையைக் கண்காணித்து வந்த பக்கத்து வீட்டு மணிகண்டனுக்கு, ஏற்கனவே கல்யாணமாகி மூன்று குழந்தைகள் இருந்தன. அதில் இரண்டு பெண் குழந்தைகள், மூத்தவன் பையன். மணிகண்டனின் மனைவி விசாலம் ஒரு சிடுமூஞ்சி. எப்போதும் அவனை ஏசிக்கொண்டே இருப்பாள். வயலில் களை பறிப்பது, உரம் போடுவது, மடை திறந்து விடுவது என விவசாயம் சார்ந்த வேலைகளைச் செய்து வந்தான்.

செந்தில் வீட்டுச் சுவருக்கும், மணிகண்டன் வீட்டுச் சுவருக்கும் இடையில் ஒன்றரை அடி இடைவெளி. செந்திலின் வீடு வாடகை வீடு, தரையில் ஓடுகள் பதிக்கப்பட்டிருக்கும். வீட்டின் அஸ்திவாரம் கொஞ்சம் மேலெழும்பி மேட்டில் இருப்பது போல உயரமாக இருக்கும். அதற்கு மூன்று படிகள். பனைமரத் தடி உத்திரங்களுக்கு மேல் நெருக்கமாக கொல்லம் ஓடுகள் அடுக்கி வைக்கப்பட்டிருக்கும். சூரிய வெளிச்சம் வந்து போக இரண்டு கண்ணாடிகள் வடக்கில் ஒன்றும் தெற்கில் ஒன்றுமாக இருக்கும். புகை வெளியேற, ஓடு மட்டத்திற்கு மேல் எட்டிப்பார்ப்பது போல் நீண்டு கொண்டிருக்கும். இரண்டு ஜன்னல்களும் காற்றடிக்கும்போது ‘டப்டப்’ என அடித்துக் கொள்ளும். அரங்கு வீடு, நடுவீடு, அடுக்களை என இருக்கும் வீட்டின் புறவாசலில் பப்பாளி மரம் வளர்ந்து நிற்கும். அதனருகே ஒன்றிரண்டு துளசிச் செடிகள் நிற்கும்.

அதைத்தாண்டி வீட்டுக்குப் பின்பக்கம் எல்லாமே வயக்காடு. வயக்காட்டுக்கும் வீட்டுப் பகுதிகளுக்கும் நாலைந்து அடிதான் இடைவெளி. வீட்டில் உள்ள அழுக்குப் பாத்திரங்களை வயல் வரப்பை ஒட்டிச் செல்லும் இரண்டு அடி அகல வாய்க்காலில் கழுவுவார்கள். செம்மாங்குளம் கால்வாயில் இருந்து தண்ணீர் வெளியேறும்போது அதிலிருந்து பிரிக்கப்பட்டு வயல் கால்வாயும், பெரிய கால்வாயும் ஓடும். பெரிய கால்வாயில் மக்கள் குளிப்பார்கள். கால்வாயில் தண்ணீர் வரவில்லை என்றால் செம்மாங்குளத்துக்குதான் போக வேண்டும்.

புத்தனாற்றிலிருந்து பிரியும் கால்வாய்தான், செம்மாங்குளத்துக்குத் தண்ணீர் வரும் வழி.

புல்லுவிளை ஊரைத் தாண்டிச் செல்லும் கரடுமுரடான பாதை கடைசியில் சுடுகாட்டுக்குக் கொண்டு போய்விடும். அங்கிருக்கும் ஆலமர விழுதுகள் தரையைப் பற்றிப் பிடித்திருக்க, எப்போதும் பறவைகளின் சத்தம் கேட்கும். தரையிலும், மரத்திலும் பறவைகளின் எச்சங்கள் வெள்ளைச் சுண்ணாம்பு அடித்தது போலப் படர்ந்திருக்கும். சுடுகாட்டுக்கு இடதுபுறம் மாசான சுடலை கம்பீரமாக நின்று கொண்டிருப்பார். அவருக்கு நேர்ந்துவிடப்பட்ட சேவல்கள் கொக்கரித்துக் கொண்டு அங்கேயே சுற்றி வரும். அதுகளைப் பிடித்துக் குழம்பு வைக்கும் தைரியம் ஊரில் யாருக்கும் இல்லை. சுடுகாட்டில் பிணத்தை எரித்த பிறகு புத்தனாற்றில் ஒரு முங்கு முங்கிவிட்டுதான் வீட்டுக்கு வந்து சேர்வார்கள். ஆற்றில் குளிக்காதவர்கள், செம்மாங்குளம் கால்வாயில் கைகால் முகம் கழுவிக் கொள்வார்கள்.

பகலிலும் சரி, இரவிலும் சரி சுடுகாட்டுப் பக்கம் நிசாரமாக யாரும் போவது கிடையாது. மாசான சுடலைப் பக்கமோ, அரசமூட்டுப் பக்கமோ நின்று பார்த்தால் ஊர் நோக்கிப் போகும் பாதையில் தூரத்தில் யார் வந்தாலும் தெரிந்துவிடும், ஆனால் அங்கிருந்து பார்ப்பவர்களுக்குத் தெரியாது. அதனால் வயக்காட்டு வேலை முடிந்த பின்போ, மதியமோ பாலியல் விளையாட்டுகள் அங்கு நடக்கும். பெரும்பாலும் ராத்திரியில் வெளியூர்க்காரர்களின் ஒதுக்குப்புறம் சுடுகாடுதான்.

விந்து உறைந்த ஆணுறைகள் தென்னந்தோப்பு வரப்புகளில் கிடக்கும். பலநேரம் சொம்மாங்குளத்துக்கு புத்தனாற்றில் இருந்து தண்ணீர் வரும் ஷட்டர் தாண்டிய கால்வாயில் ஆணுறைகள் மிதந்து குளத்துக்குள் வந்துவிடும். ‘தாயோளிய ஒத்துட்டு சாமானத்த இங்கெ போட்டுருக்கானுவ பாரு’ என்று குளத்தில் குளித்துக் கொண்டிருக்கும் வயதானவர்களின் குரல்களும் கேட்கும். பெண்கள் குளிக்கும் படித்துறை

பக்கம் ஆணுறைகள் ஒதுங்கினால் ‘என்னட்டி பலூன் இந்தப் பக்கம் வருது’, ‘இப்பதான் இதையும் ரேசன் கடையிலயே விக்கான்ல்ல’ என்று உரையாடல்கள் நடக்கும்.

ஆண்கள் படித்துறைக்கும், பெண்கள் படித்துறைக்கும் பெரிய இடைவெளி இருக்காது. தண்ணீருக்குள் நின்றே ஆண்களும் பெண்களும் மாறிமாறிப் பார்த்துக் கொள்வார்கள். பெண்களின் தலை மட்டும்தான் தெரியும், ஆனாலும் முழு உடலையும் ரசிப்பதைப் போலத்தான் ஆண்களின் பார்வை இருக்கும். பார்த்துக் கொண்டிருப்பவரின் அருகிலோ, அல்லது அதைத் தாண்டி நீந்தி போகிறவரோ ‘ஏலேய் அவள பாத்துட்டே தண்ணிய நாசம் பண்ணிறாதடே. குளிக்கணும்டே’ என கிண்டல் செய்வார்கள்.

ஆண்கள் படித்துறையில் இருந்து பத்து மீட்டர் தண்ணிக்குள் சென்று நின்றால் பெண்கள் படித்துறையில் பெண்கள் உடை மாற்றுவது தெரியும். அதற்காகவே ஆண்கள் பத்து மீட்டர் தள்ளி நின்று குளிப்பார்கள். கழுத்தளவு தண்ணீரில் நின்று சாகசம் செய்வதுபோல இருப்பார்களே தவிர பெரும்பாலும் முங்குவதே கிடையாது. ஆண்கள் வீட்டில் இருந்து சாரத்தைக் கட்டிக்கொண்டு தோளில் ஒரு துண்டை மட்டும் போட்டுக் கொண்டு கையில் ஒரு சோப்பு டப்பாவோடு வந்து, படித்துறையில் சாரத்தை அவுக்கும்முன்பே துண்டை இடுப்பில் கட்டிக்கொண்டு பொத்தெனக் குளத்துக்குள் குதிப்பார்கள். குளத்துக்குள் நிற்கும் உயரக்கல் அளவுக்குதான் ஆண்களின் நீச்சலும் இருக்கும்.

பெண்கள் வீட்டில் இருந்து வரும்போது அழுக்குத் துணிகளை பேசனிலோ, அலுமினிய வாளியிலோ கொண்டுவந்து படித்துறையில் வைத்துவிட்டு பெருமூச்சு விடுவார்கள்.

‘ஏய்க்கா நேரமயே வந்துட்டியளா? வரும்போது ஒரு சத்தம் கூப்பிட்டுருக்கக் கூடாதா?’, ‘என்னா மைனி விசேசமா இன்னைக்கு மஞ்ச

தேச்சி குளிச்சமாதிரி இருக்கு' என்று உரையாடல் நீளும். சில கள்ளக்காதல் விவகாரங்கள், பாலியல் விசயங்களைக் கொஞ்சம் குசுகுசுவெனப் பேசுவார்கள். சடங்காகப் போகும் பெண்குழந்தைகளின் மார்புகளைப் பார்த்தே 'சீக்கிரம் குத்தவச்சிருவா போல இருக்கே' என்று சொல்லுவார்கள். மாதவிடாய்க்குப் பயன்படுத்திய துணி, துண்டுகளைக் கொண்டு வந்து தோய்த்தால் அவ்வளவுதான். 'யம்மா தாயே ஓன் தூமச் சீலையத் தோய்க்க வேற எடமே இல்லியா? அதெ வீட்டுலயே வச்சி தோய்க்க வேண்டியதுதான. இங்கெ வந்து எதுக்கு எங்க உயிர வாங்குக?' என்று ஏசுவார்கள்.

'ஓ, இவ ரொம்ப விசேசம். இவளுக்கு தூமச்சீலை கெடையாது பாரு. பெருசா பேச வந்துட்டா' என்று எதிர்க்குரல் கேட்கும். இப்படி வசக்கேடாக ஏதாவது உரையாடல் போனால் சிலநேரம் 'ஏய் ஒங்க நாரக் கதையெல்லாம் வீட்டுலப் போயி விடுங்க. இங்கயெல்லாம் குளிச்சிட்டு போவட்டு' என்று வயதான கிழவிகள் ஏசுவார்கள். உடனே சத்தம் அமைதியாகும். கிழவிகள் போனபின் 'போராயில்ல கிழட்டுமூதி. நல்லா வியாக்கியானம் பேச வந்துட்டா' என்று சண்டை போட்ட இருவரும் சேர்ந்து திட்டுவார்கள்.

பாவாடைக்குப் பதிலாக சாரத்தைக் கட்டிக்கொண்டு துணி தோய்க்கும் பெண்களும் உண்டு. பாவாடையோடு குளித்தால் கரையேறி தலை துடைக்க போகும்போது நனைந்த பாவாடை உடலோடு ஒட்டி முலைக்காம்புகள் தெரியும். இதைப் பார்க்க ஆண்கள் ஐந்து மீட்டருக்குள் வந்து விடுவார்கள்.

மத்தியானம் குளத்தங்கரையில் ஆள் நடமாட்டமும் இருக்காது, குளிக்க ஆளும் வராது. இரண்டு மணி வாக்கில் தண்ணீரும், மூத்திரம் பெய்ஞ்சது போல் சூடாக இருக்கும். அப்போதுதான் பெரும்பாலும் செந்திலின் அம்மா கோமதி குளிக்க குளத்துக்கு வருவாள். ஆண்கள் படித்துறையில் பக்கத்து வீட்டு மணிகண்டனும் குளிக்க வருவான்.

இருவரும் தண்ணீருக்குள் இறங்கி நின்று பேசுவார்கள். கரையில் யார் போனாலும் பேசுவது கேட்காது. இப்படிப் பேசிப்பேசியே நெருக்கம் உருவானது. தண்ணீர்தான் இருவருக்குமான நெருக்கத்தை உருவாக்கியது.

கோமதிக்கு வருமானம் வீட்டில் வைத்திருக்கும் சின்னப் பெட்டிக்கடை. வடசேரி மீன் சந்தையில், சனிக்கிழமை கூடும் கருவாட்டுச் சந்தையில் போய் சாளையோ, மொரலோ, நெத்திலிக் கருவாடோ வாங்கிக்கொண்டு, அப்படியே கனகமூலம் சந்தையிலிருந்து காய்கறியும், வெற்றிலையும், போயிலையும், சுண்ணாம்பும், எலுமிச்சை பழமும், மிட்டாய் பாக்கெட்டுகளும், பொரி உருண்டைகளும், பீடியும், சிகரெட்டும் ஒரு சாக்கில் அள்ளிப் போட்டுக் கட்டி பஸ்ஸில் புல்லுவிளைக்குக் கொண்டு வருவாள். பஸ் முதூர் வரைதான் வரும், அங்கிருந்து நடந்து வருவாள்.

கோமதி வீட்டுக் கடைக்கான ஜன்னல், மணிகண்டன் வீட்டுக்கும், கோமதி வீட்டுக்கும் இடையில்தான் இருக்கிறது. அந்த ஒன்றரை அடி இடைவெளியில் நின்று ஜன்னல் வழியாகக் குரல் கொடுத்தால் கோமதி சத்தம் கொடுத்து வருவாள். அரங்குவீடு போல இருக்கும் அவளின் கடையை வெளியிலிருந்து பார்த்தாலும் நன்றாகத் தெரியும். சாக்கை கீழே விரித்துப்போட்டு அதன்மேல் காய்கறிகளைத் தனித்தனியாகக் கூறுபோட்டு வைத்திருப்பாள்.

கருவாட்டை, பழைய பிரிட்டானியா பிஸ்கட் தகர டப்பாவில் போட்டு வைத்திருப்பாள். சாயங்காலம் டப்பாவைத் திறந்து வைப்பாள். பக்கத்து வீட்டில் இருப்பவர்களுக்கும், தெருவில் நடந்து போகிறவர்களுக்கும் கருவாட்டு மணம் மூக்கைத் துளைத்தெடுக்கும். உடனே வாங்கிக் கொண்டு போவார்கள். புல்லுவிளையில் முக்கால்வாசி வீடுகளில் சாயங்காலம்தான் சோறு பொங்குவார்கள். அதுதான் மறுநாள் மதியம் வரைக்கும்.

மீன் என்றால் அது செம்மாங்குளத்து மீன்தான். அதுவும் சாயங்காலம் வைத்து மறுநாள் சூடாக்கிக் கொண்டிருக்கும்போது அடிக்கும் மணம் கமகம என்று இருக்கும். கோரக்கர்புரம் தாமரைக்குளத்தில் வலை போட்டுப் பிடித்த மீன்களையும் சவளக்காரர்கள் புல்லுவிளையில் விற்பார்கள். முதூரில் முழுவதும் சைவப் பிள்ளைமார். கோரக்கர்புரத்தில் செட்டியாரும், கோனாரும். அதனால் அங்கு மாட்டுக்கறி, ஆட்டுக்கறிக் கடைகள் கூட கிடையாது. அங்குள்ள சுடலை மாடன்களும் சைவம்தான். புல்லுவிளை எல்லாரும் கலந்தது.

மணிகண்டன் அடிக்கடி பீடி வலிப்பான். அதனால் இரண்டு மூன்று பீடியைச் சேர்த்து வாங்கி வைத்திருப்பான். ஆறடி உயரம். கருத்த தேகம். விரிந்து அகன்ற மார்பு. தலை மயிரும், நெஞ்சு மயிரும் சுருண்டு சுருண்டு இருக்கும். எங்காவது விசேஷத்துக்குப் போகும்போது சட்டை போட்டிருப்பான். மற்றபடி வெறும் சாரமும், துண்டும்தான். முதூருக்குப் போகும்போதும், கோரக்கர்புரத்துக்குப் போகும்போதும் சட்டை இடதுபக்க கைக்கும் தோளுக்கும் கிடக்கும்.

ஒரு நாளைக்கு மூன்று வேளை வெற்றிலை போடுவான். அவனின் மனைவி விசாலமும், வயல் வேலைகளுக்குப் போவாள். பிள்ளைகளும் பள்ளிக்கூடத்துக்குப் போய் விடுவார்கள், அதனால் பெரும்பாலும் மணிகண்டன் வீட்டில் ஆள் இருக்காது. அந்த நேரத்தில் அவன் பீடி, வெற்றிலை வாங்க கோமதி வீட்டு முடுக்குக்குள் நிற்பான். வாங்கிக்கொண்டு உடனே போக மாட்டான். நின்று பேசிக்கொண்டே இருப்பான் அதுவும் அடுத்த ஆள் சாமான் வாங்க வருவது வரை.

‘ஏ கோமதி, நீயே தனியா கஷ்டப்படுக. இதுல எனக்கேன் பீடில்லாம் சும்மா தார?’

‘சரி பீடிதான தந்தேன். நாளைக்கி எனக்கு ஏதா ஒரு கஷ்டம்னா ஒங்ககிட்டதானே கேப்பேன். செய்ய மாட்டியளா என்ன?’

‘கண்டிப்பா செய்வேமுல்லா. செய்யாம மாறி எப்புடி போவ முடியும்?’ என உரையாடல் நீளும்.

சாயங்காலம் விசாலம் வந்தால், மணிகண்டனை ஒரு வழி செய்து விடுவாள். எப்பவும் ஏச்சுதான், அவளைப் பார்த்தால் மட்டும் மணிகண்டன் பெட்டிப் பாம்பாய் அடங்கிவிடுவான். எப்படியோ மூன்று பிள்ளைகளைப் பெற்றுவிட்டார்கள். மணிகண்டன் உறங்குவது முக்கால்வாசி திண்ணையில்தான். விசாலம் வீட்டுக்குள் அவனைச் சேர்க்க மாட்டாள்.

அதற்கும் காரணம் உண்டு. கோரக்கர்புரம் வடக்குப் பத்துகாரன் அழகம்பெருமாளுக்கும், விசாலத்துக்கும் தொடர்பு உண்டு. யாருக்கு வேலை இருக்கோ இல்லையோ விசாலத்துக்கு, அழகம்பெருமாள் வேலை கொடுப்பான். எப்போதெல்லாம் அழகம்பெருமாளுக்கு ஆசை வருகிறதோ, அப்போதெல்லாம் இருவரும் அவனது தென்னந்தோப்பு மோட்டார் ரூமில் இணைந்து கிடப்பார்கள். விசாலம் அவ்வளவு பேரழகு என்று சொல்லிவிட முடியாது. கட்டுமஸ்தான உடம்பு. முன்னம்பல் கொஞ்சம் துருத்திக்கொண்டு நிற்கும்.

வேலை எல்லாம் முடிந்தபிறகு தினமும் செம்மாங்குளத்தில் குளித்துவிட்டுதான் வீட்டுக்கு வருவாள். அழகம்பெருமாளோடு தொடர்பானபின் அவள் மணிகண்டனைப் பக்கத்தில் படுக்கச் சேர்ப்பதில்லை. அழகம்பெருமாள், விசாலத்தை வச்சுட்டு இருப்பது கோரக்கர்புரத்துக்கும் தெரியும்; புல்லுவிளை பெருசுகளுக்கும் தெரியும்; மணிகண்டனுக்கும் தெரியும். இப்போதெல்லாம் மணிகண்டன் அதைக் கண்டுகொள்வது கிடையாது. ஆரம்பத்தில் தெரிந்தபோது மணிகண்டன் விசாலத்தைப் போட்டு தினமும் அடிப்பான். சாராயமோ, அரிஸ்டமோ குடித்துவிட்டு வந்து தெருவில் இழுத்துப் போட்டு புல்லுவிளை முழுக்க துரத்தித் துரத்தி அடிப்பான். அடி பொறுக்க முடியாமல் ஒரு நாள் மண்ணெண்ணெய் கேனைத் தூக்கி பிள்ளைகள் மீதும் தன் மீதும்

ஊற்றிக்கொண்டு விசாலம் கொளுத்தப் போனாள். அக்கம் பக்கம் உள்ளவர்கள் தடுத்துச் சமரசமாக்கி விட்டார்கள்.

'அவள விட்டுத் தள்ளு, நீ புள்ளேளுவளப் பாரு. அவளுக்காண்டி மூணு புள்ளேளுவள பலி கொடுக்கணுமா சொல்லு. அவ எவன் கூடயும் படுத்துட்டுப் போறா. நீ ஒதுங்கி நில்லுடே' என்று புல்லுவிளைக் கிழடுகள் சொல்லி பிரச்னையைத் தீர்க்க முயன்றார்கள். அதன்பின் மணிகண்டன் அடித்த போதும் இரண்டுமுறை விசாலம் மண்ணெண்ணெயை உடம்பில் ஊற்றிக் கொண்டாள். பிறகு அவனே ஒதுங்கிக் கொண்டான்.

விசாலத்தை, புல்லுவிளையில் எவனாவது லேசா பேசி மசிய வைக்கப் பார்த்தால் அவ்வளவுதான், ஊர் முழுக்க தமுக்கடித்தது போல் தெருத்தெருவாய் போய்க் கத்துவாள். கேட்டவன் ஒருவாரத்துக்கு ஊர்ப் பக்கம் தலை வைக்க முடியாது. அவன் வீட்டில் போய் அவன் பொண்டாட்டியைப் பச்சை பச்சையாக ஏசுவாள்.

'எட்டி, நீ ஓம்மாப்பிள்ளக் கூட படுக்க மாட்டியோ. அவென் எங்கிட்ட சொறிய வாரான். அவனுக்க சாமானத்த அறுத்துருவேன் பாத்துக்க. மருவாதைக்கிச் சொல்லி வெலக்கி வை' என்று மண்டகெண்ட என ஏசுவாள்.

ஒரு தடவை கோரக்கர்புரம் நாராயணப்பெருமாள், விசாலத்தை தோப்புக்கு வேலைக்குக் கூட்டிட்டுபோய் பேச்சுவாக்கில் இடுப்பில் கை வைத்துவிட்டான். கையை வச்சுட்டு சும்மா இருக்காமல் 'அழகம்பெருமாளுக்கு மட்டும்தான் கொடுப்பியா? எனக்கெல்லாம் தரமாட்டியா?' என்று அவளை இறுக்கி அணைக்க முயன்றிருக்கிறான், அவ்வளவுதான்.

நாராயணப்பெருமாளின், கழுத்தில் கிடந்த துண்டைப் பிடித்து கிறக்கி மூஞ்சிலேயே அடித்தாள். வலி தாங்க முடியாமல் அவன் கீழே விழ, நெஞ்சிலும், மூஞ்சிலும் சவுட்டி கெட்ட வார்த்தையில் கிழித்தாள்.

நாராயணப்பெருமாளின் அலறல் சத்தம் கேட்டு பக்கத்துத் தோப்புகளில் வேலை செய்தவர்கள் வந்து காப்பாற்றினார்கள். விசாலம் சவுட்டியதில் நாராயணப் பெருமாளின் மூக்கிலிருந்தும், வாயிலிருந்தும் ரத்தம் வந்து கொண்டிருந்தது. மேல் வரிசைப் பல் ஒன்றும் உடைந்துவிட்டது. நாயுடு ஆஸ்பத்திரிக்குக் கொண்டுபோய் எக்ஸ்ரே எடுத்துப் பார்த்ததில் நெஞ்சு எலும்பு எதுவும் உடையவில்லை.

நாராயணப்பெருமாள் கேட்கவும் ஒரு காரணம் உண்டு. மணிகண்டன், நாராயணப்பெருமாளின் ஆஸ்தான வேலைக்காரன். வயலுக்குக் களை பறிக்க ஆள் விடுவது முதல் தாள் பொறுக்க, உழ, அறுக்க, விதைக்க என எல்லாத்துக்கும் ஆள் பார்த்து விடுவது மணிகண்டன்தான். பெரும்பாலும் நாராயணப்பெருமாளின் களத்தில்தான் மணிகண்டன் சுற்றிச்சுற்றி வருவான். அப்படி ஒருநாள் நாராயணப்பெருமாள் அரசல்புரசலாகப் பேசிக் கொண்டிருக்கும்போது விசாலத்தைப் பற்றி கேட்டுவிட்டான்.

‘அவெ எவங்கூடப் போனா என்ன? நா எதையும் கண்டுக்கலை. நா புள்ளேளுக்காண்டி இருக்கேன். அழகம்பெருமாள் வச்சிருந்தாலும் சரி, நீரு வச்சிருந்தாலும் சரிஎனக்கு கவல இல்ல’ என்று மணிகண்டன் சொன்னான். அதன் பிறகுதான் நாராயணப்பெருமாளுக்கு விசாலத்தின் மேல் ஆசை வந்துவிட்டது. அதற்கு முயற்சி எடுத்து விசாலத்திடம் நாராயணப்பெருமாள் செமத்தியாக வாங்கிக் கட்டிக் கொண்டான். அவளுக்காக அழகம்பெருமாளும், நாராயணப்பெருமாளிடம் போய் சண்டை போட்டான்.

அக்டோபர்மாத மழை பெய்யத் தொடங்கியது. எப்போதும்போல பகலில் நல்ல மழையும், ராத்திரி தூறலும் பெய்து கொண்டிருந்தன. குளத்தில் மறுகால் பொங்கிப் பாய்ந்து விடக்கூடாது என்பதற்காக செம்மாங்குளத்தையும், புல்லுவிளைக்காரர்கள் கண்காணித்து வந்தனர். குளம் பொங்கி மறுகால் பாய்ந்தால் வயல் பூராவும் தண்ணீர் இறங்கி

வெள்ளக்காடாகி விடும். அதனால் குளத்திற்குத் தண்ணீர் வரும் புத்தனாறு மடையையும் அடைத்து வைத்திருந்தனர். பெருஞ்சாணி, பேச்சிப்பாறை அணை தண்ணீர் திறந்து விடப்பட்டிருந்ததால் புத்தனாற்றிலும் மழை நீரோடு வெள்ளப்பெருக்கும் இருந்தது.

மணிகண்டனின் வீட்டின் பின்புறம் உள்ள வயல் மடை உடைந்ததை மண்வெட்டி வைத்து பாத்தி பிடித்துக் கொண்டிருந்த மணிகண்டனின் மகனின் காலில் மண்வெட்டி வெட்டியது. ரத்தம் கொட்ட 'எம்மா எம்மா' என்று வயல் வரப்பில் விழுந்தபடியே அவன் அலறி அழுதான். சத்தம் கேட்டு வந்த விசாலம் அவனை இடுப்பில் தூக்கிக்கொண்டு வரப்பு வழியாக கோரக்கர்புரம் ஆஸ்பத்திரிக்கு ஓடினாள். இதைப் பின்வாசலில் இருந்து பார்த்துக் கொண்டிருந்த கோமதி, குளத்தங்கரையில் உட்கார்ந்திருந்த மணிகண்டனிடம் போய் சொன்னாள். அவன் சைக்கிளை எடுத்துக்கொண்டு ஆஸ்பத்திரிக்குப் போனான். தூறல் விழுந்து கொண்டே இருந்தது.

கோமதியும் நடந்தே ஆஸ்பத்திரிக்குப் போனாள். ஆஸ்பத்திரியில் வேலுவுக்கு மருந்து வைத்துக் கட்டு போட்டிருந்தார்கள். விசாலம், மணிகண்டனிடம் இருந்து பணத்தை வாங்கி ஆஸ்பத்திரியில் கொடுத்தாள். அப்போது கோமதியும் வந்து சேர்ந்தாள். ஆஸ்பத்திரியின் முன் நின்ற ஆட்டோவில் விசாலமும், வேலுவும் ஏறினார்கள்.

'கோமதி நீயும் வா' என்று விசாலம் கூப்பிட்டாள்.

'இல்ல நீங்க போங்க. நா முதூருக்கு போயிட்டுதான் வரணும்' என்று சொன்னாள்.

ஆட்டோ கிளம்பியதும், கோமதி நடக்கத் தொடங்கினாள். அவள் பின்னே சைக்கிளை உருட்டியபடி மணிகண்டனும் நடந்தான். கொஞ்சம் விட்டிருந்த தூறல்மழை மறுபடியும் தூவத் தொடங்கியது.

‘என்ன சாமானம் வாங்கணும்னு சொல்லு. நா சைக்கிளில போய் வாங்கிட்டு வரேன்’ என்று மணிகண்டன் சொன்னான்.

‘சாமானம் எல்லாம் ஒன்னும் வாங்க வேண்டாம். சும்மாதான் சொன்னேன்’.

‘சரி, நீ கொஞ்சம் வெரசா போ. நா பின்னாடியே சைக்கிள்ல வாரேன்’

‘நா எதுக்கு வெரசா போவணும்? நீங்க வேணும்னா போங்க’

ரோட்டில் ஆட்கள் எதிரே வந்தால் இருவருக்கும் பேச்சு நின்றுவிடும்.

‘மழையிலக் கூட வெளியிலதான் படுக்கணுமா? வீட்டுக்குள்ள போயி படுக்க வேண்டியதுதானே’

‘யாரு கதவைத் தொறக்கது? தொறந்தாதான போவ முடியும்?’

‘ஏன் என்னாச்சு?’

விசாலம், அழகம்பெருமாள் விசயத்தையும், அதற்குப்பின் வீட்டுத் திண்ணையில் உறங்குவதையும் சொன்னான். இது அவளுக்கு அரசல் புரசலாகத் தெரிந்திருந்தாலும் அவன் வாயால் கேட்பது ரொம்பவே வருத்தமாக இருந்தது.

‘சரி என் வீட்டுக் கதவைத் தட்ட வேண்டியதுதான. நா என்ன தொறக்க மாட்டேனா?’

‘அதுலாம் வேண்டாம். வெளியத் தெரிஞ்சா அவ்வளவுதான் நாறிடும்’

‘நல்லா மழை பெஞ்சா நானே கூப்பிடுகேன்’

‘அதெல்லாம் வேண்டாம்’ என்று சொல்லிக்கொண்டே சைக்கிளை உருட்டினான்.

புல்லுவிளை திருப்பு வந்ததும் கோமதி வேகமாக நடக்கத் தொடங்கினாள். அவன் சற்று தள்ளியே வந்தான். அன்று ராத்திரி தூறல் மழை, பெருமழையாகப் பெய்தது. நீர்த் துளிகள் விழும் சத்தம் பலமாகக் கேட்டது. மழை கிழக்கிலிருந்து மேற்காக காற்றோடு சேர்ந்து பெய்தது. ஓட்டின்மேல் விழும் சத்தத்தில் கோமதி விழித்து லைட்டைப் போட்டாள். கரண்ட் இல்லை. அடுக்களைக்கு வந்து சிம்மினி விளக்கைக் கொளுத்தி வைத்துவிட்டு புறவாசல் கதவைத் திறந்தாள். மழை வேகமாகப் பெய்து கொண்டிருந்தது.

அசையில் தொங்கிய துண்டை எடுத்துத் தலையில் போட்டுக்கொண்டு, வீட்டு முடுக்கு வழியாக நடந்து தெருவைப் பார்த்தாள். நாய்கள் நடமாட்டம்கூட இல்லை. திண்ணையில் மழையில் சுருண்டு படுத்திருந்த மணிகண்டனைத் தட்டினாள், அவன் எழும்பவில்லை. மறுபடியும் தட்டினாள், கண் விழித்துப் பார்த்தான்.

'சத்தம் போடாம மெதுவா வாங்க'

'நான் வரல. நீ போ, போய் படு'

'நீங்க வரலைன்னா, நானும் போவல'

'சரி சரி. நீ போ. நா வரேன்'

கோமதி முடுக்கில் மெதுவாக நடந்தாள். மணிகண்டனும் தெருவை ஒரு பார்வை அங்குமிங்கும் பார்த்துவிட்டு முடுக்கில் நடந்து வயல் வரப்பு நோக்கி மூத்திரம் அடித்தான். கோமதி உள்ளேயிருந்து இன்னொரு துண்டை எடுத்து வந்து புறவாசலில் நின்றாள். மறுபடியும் தெற்கும் மேற்குமாக ஒரு பார்வை பார்த்தான், யாரும் இல்லை. புறவாசல் வழியாக வீட்டிற்குள் ஏறினான். கோமதி கையிலிருந்த துண்டைக் கொடுத்தாள். வாங்கி தலையைத் துடைத்தான். விளக்கை எடுத்து செந்திலையும், ரேணுகாவையும் பார்த்தாள். இரண்டு பேரும் பெட்ஷீட்டை இழுத்துப்

போர்த்தி உறங்கிக் கொண்டிருந்தார்கள். கோமதியும், மணிகண்டனும் அடுக்களையில் உட்கார்ந்தார்கள். துண்டை கோமதியிடம் நீட்டினான்.

'நல்லா தொடத்துங்க' என்று அவளே தலையைத் துடத்திவிட்டாள். மணிகண்டன் எதுவும் சொல்லவில்லை, அவளைத் தடுக்கவில்லை. கோமதி சுவரோடு சாய்ந்து மணிகண்டன் பக்கத்தில் உட்கார்ந்தாள்.

'நம்ம நிலமையப் பாத்தியா? நீ மாப்பிள்ள இல்லாம தனியா புள்ளைங்களோடி படுத்துருக்க. நா பொண்டாட்டி புள்ள இருந்தும் தனியாப் படுத்திருக்கேன்'

'நா தனியா இல்லையே' என்று சொல்லிவிட்டு மணிகண்டன் தோளில் கோமதி சாய்ந்தாள்.

மணிகண்டன் அதிர்ச்சி அடையவில்லை. அவள் கையைப் பிடித்துக் கொண்டான். அவளும் தடுக்கவில்லை. இருவரின் தொடுதலும், அணைப்பும் அதன் நீட்சியும் சுவரில் ஓவியமாக விளக்கு வெளிச்சத்தில் தெரிந்து கொண்டே இருந்தது. மணிகண்டனை முழுவதுமாக கோமதி உள்வாங்கிக் கொண்டாள். அதிகாலை மலரும் கொஞ்ச நேரத்துக்கு முன்புவரை கோமதி மலர்ந்திருந்தாள். மணிகண்டனின் பிடியும் தளரவில்லை. கோமதியின் நெற்றியில் முத்தமிட்டு இறுக்கி அணைத்தான்.

செந்திலின் இருமல் சத்தம் கேட்டதும், மெதுவாகப் புறவாசல் கதவைத் திறந்து வெளியே பார்த்துவிட்டு யாருமில்லை என சைகை செய்தாள். அவன் திண்ணையில் போய் உட்கார்ந்து பீடியைப் பற்ற வைத்தான். நேரம் கொஞ்சம் கொஞ்சமாக வெளுக்கத் தொடங்கியது. அன்று முழுக்க இருவரும் சந்தித்துக் கொள்ளவேயில்லை.

அன்று இரவு மழை இல்லை. ஊர் உறங்கிக் கொண்டிருக்கும் மயான அமைதியில் அவள் மெதுவாக அவனைத் தட்டி எழுப்பினாள். வீட்டு முடுக்கைக் கடக்கும் முன்பே இருவரும் இரண்டுமுறை முத்தமிட்டுக்

கொண்டார்கள். பின்னாலிருந்து அணைத்து அவள் இடுப்பை தடவிக்கொண்டே கைகளை முலைகளுக்குக் கடத்தினான். அவன் வருடலில் அவள் வீட்டுச் சுவரோடு சாய்ந்தாள். அவன் உதடுகள் அவள் கழுத்தை முத்தமிடத் தொடங்கின. கண்களை இறுக மூடிக் கொண்டிருந்தவள் சுதாகரித்துக்கொண்டு வீட்டின் புறவாசல் வந்து பார்த்தாள். யாரும் இல்லை.

இருவரும் வீட்டிற்குள் நுழைவதற்கு முன் இருவரின் நிழலும் நுழைந்தது. அம்மி மீது இருந்த விளக்கின் வெளிச்சத்தில் தெரிந்தது. பாயோடு வந்தவளை தன்மீது விரித்து சாய்த்துக் கொண்டான். விளக்கின் வெளிச்சத்தில் அவளின் முகம் அவன் தொடுதலில் பூத்திருந்தது தெரிந்தது. பாயை அவள் விரித்ததும் அவளைக் கிடத்தி முத்தமிடத் தொடங்கினான். இருவரும் வியர்வையில் நனைய வெளியில் மழை பெய்யத் தொடங்கியது.

மழை இல்லையென்றால் முத்தாரம்மன் கோயிலில் படுக்க மணிகண்டனை யாராவது ஆண்கள் கூட்டிக்கொண்டு போய் விடுவார்கள். அதைத் தவிர்த்த மற்ற நாட்களில் கோமதி அவனை எழுப்புவாள். அல்லது அவள் வீட்டுக்கதவை அவன் தட்டுவான். இப்படி போய்க்கொண்டிருக்கும்போது ஒருநாள் விசாலம் வீட்டு முடுக்கில் வைத்து இருவரையும் பார்த்து விட்டாள். அமைதியாக தன்னை மறைத்துக் கொண்டு இருவரும் வீட்டுக்குள் போவதைப் பார்த்தாள். தானும் சத்தம் போடாமல் வீட்டுக்குள் போய் படுத்துக் கொண்டாள்.

மௌனமாக இருக்க முடியாத அவள் அழகம்பெருமாளிடமும் சொல்லத் தவறவில்லை. ஊர்முழுக்க அரசல்புரசலாகத் தெரிந்துவிட்டது. ஆனால் யாரும் இதுபற்றி இரண்டு பேரிடமும் கேட்கவில்லை. மாதங்கள் கடந்து ஆண்டுகளானது. முத்தாரம்மன் கோயிலில் உறங்க யாரும் மணிகண்டனைக் கூப்பிடுவது கிடையாது.

விசேஷ வீடுகளுக்கு வேலைக்குப் போனால் கிடைக்கும் மிச்ச மீதிகளை இரண்டு பங்காகக் கட்டி கோமதிக்குப் பின்வாசல் வழியாகவும், விசாலத்துக்கு முன்வாசல் வழியாகவும் மணிகண்டன் கொடுப்பான்.

செந்திலால் வீட்டுக்குள் இன்னொருவரின் வாசத்தை உணர முடிந்தது. படுத்து உறங்கும் பாயிலும், கோமதியின் சேலையிலும், குளித்துவிட்டு துடத்திய துண்டிலும் உணர்ந்தான். துண்டை மோந்து பார்த்துவிட்டுதான் துடத்துவான். கோமதியிடம் அவன் எதுவும் கேட்பதில்லை. மிக்ஸர், காரசேவு கொடுத்தால் கூட அதையும் மோந்து பார்ப்பான். எப்படி கோமதியிடம் கேட்பது என்று அவன் யோசிக்கவில்லை.

ஒருநாள் மணிகண்டனின் துண்டு, செந்திலின் வீட்டு அசையில் கிடந்தது. அதைப் பார்த்ததும் செந்திலுக்கு கோபம் சாடியது. 'அந்தாளுக்க துண்டு ஏம்மா இங்கெ கெடக்கு?' என்று கோமதியிடம் கத்தினான்.

கோமதி அமைதியாக நின்றாள். செந்தில் அந்தத் துண்டை வெளியே தூக்கி வீசினான். அதன்பிறகு அவள் செந்திலை வேண்டா வெறுப்போடு நடத்தினாள். ராத்திரி உறக்கம் முழித்தே இருப்பான். நடுவீட்டுக்கும் அடுக்களைக்கும் இடையில் கதவு ஒன்று போட்டு விட்டாள். நள்ளிரவு அந்தக் கதவை அடுக்களைக்குப் பக்கமாகக் கொண்டி வைத்துவிட்டு மணிகண்டனோடு இருப்பாள். கோமதியின் சத்தத்தை செந்தில் கேட்டுக்கொண்டே உறங்காமல் இருப்பான்.

கோபத்தையும் ஆத்திரத்தையும் அடக்கிக்கொண்ட பலநாட்களில் செந்திலின் கண்களில் இருந்து கண்ணீர் தலையணையில் வழிந்தது. இடது கண்ணிலிருந்து கண்ணீர், மூக்கு மேடுகளைக் கடந்து வலது கன்னம் வந்து தலையணையை நனைத்தது. ஆத்திரத்தை அடக்க முடியாத நாட்களில் கதவை ஓங்கித் தட்டுவான். சேலையைச் சரி செய்துகொண்டு கொஞ்ச நேரத்தில் கதவைத் திறப்பாள். அப்போதுதான் முகம் கழுவியது போல அவளின் முகம் வியர்த்து இருக்கும். அடைத்திருக்கும் புறவாசல் கதவைத்

திறந்து வயலாங்கரையில் மூத்திரம் போய்விட்டு, அவளை மேலும் கீழும் பார்த்துக் கொண்டே வந்து படுப்பான். செந்திலின் கோபத்தை, கோமதி முகத்தைப் பார்த்துத் தெரிந்து கொள்வாள்.

அப்போது செந்தில் பத்தாம் வகுப்பு படித்துக் கொண்டிருந்தான். அதனால் ராத்திரி பிந்திதான் உறங்குவான். கோமதியும் மணிகண்டனும் மதிய நேரத்தில் தங்களின் வேர்வைகள் ஒன்றோடு ஒன்று முத்தமிடுமாறு விளையாடிக் கொண்டிருந்தனர். கோமதி, மணிகண்டனோடு பகலில் இருக்கிறாள் என்று செந்திலுக்கும் முழுவதும் தெரிந்துவிட்டது.

'பத்தாம் வகுப்பு பாசானதும் நாம முதூருக்குப் போய்டுவோம். இல்லன்னா பொறிஞ்சவிளைக்கிப் போயிடுவோம். இந்த ஊர் வேண்டாம்' என்று கோமதியிடம் செந்தில் அடிக்கடி சொல்லி வந்தான். அதை எதையும் அவள் காதில் வாங்காமல் செந்திலின் மேல் எரிந்துஎரிந்து விழுந்தாள். பத்தாம் வகுப்பு பரிட்சை முடிந்ததும் ஓயாமல் நச்சரிக்க, எரிக்க வைத்திருந்த தென்னை மட்டையால் அடி வெளுத்துவிட்டாள்.

'நீ எதுக்கு இங்கருந்து வர மாட்டேன்னு தெரியும். என் வாய தொறக்க வைக்காத' செந்தில் கத்தினான்.

'என்னல மயிராண்டி, நானும் பாக்கேன். பெரிய மயிராட்டும் கத்திட்டு கெடக்க. இருக்கண்ணா மரியாதைக்கி இரி. இல்லன்னா மண்ணெண்ணெய வுட்டு கொளுத்திப்புடுவேன். இல்லன்னா சோத்துல வெசத்தை வச்சிடுவேன்' என்றாள்.

அத்தோடு இருவருக்கும் பேச்சு வார்த்தை நின்று போனது. காலையில் வெளியே போனால் ராத்திரிதான் வருவான். முழுவாண்டு லீவில் பொறிஞ்சவிளையில் இருக்கும் அண்ணன் வீட்டில் கோமதி ரேணுகாவை விட்டுவிட்டாள். பொறிஞ்சவிளைக்குப் போவதற்கு முன் 'அவென் வாரானான்னு கேளு' என்று ரேணுகாவிடம் கேட்கச் சொன்னாள்.

‘நா வரல. நீ போயிட்டு வா’

ரேணுகாவுக்கு கோமதியைப் பற்றி தெரியாது. அவள் ஏழாம்வகுப்புதான் படித்துக் கொண்டிருந்தாள்.

பகல் முழுக்க விளையாடிவிட்டு கொய்யாக் காயோ, மாங்காயோ என கையில் கிடைப்பதைத் தின்று சாயங்காலம் செம்மாங்குளத்தில் குளித்தபின் முத்தாரம்மன் கோவில் வாசலிலயே பெரும்பாலும் உட்கார்ந்திருப்பான். பத்தாம் வகுப்பு தேர்வு முடிவு வந்த அன்று காலையிலேயே பள்ளிக்கூடத்தில் காத்திருந்தான். நன்றாக எழுதி இருந்தாலும், பயந்தபடியே இருந்தான். தேர்வு முடிவுகளைப் பத்தரை மணிக்கு அலுவலக சுவரில் ஒட்டினார்கள். அவனே பள்ளியின் முதல் மாணவனாகத் தேர்ச்சி பெற்றிருந்தான்.

பள்ளிக்கூடம் முழுவதும் அவனைப் பாராட்டியது. அந்த மகிழ்ச்சியிலேயே அவன் புல்லுவிளைக்கு ஓடினான். பார்க்கிற வழியில் எல்லோரிடமும் ‘நாந்தான் ஸ்கூல் ஃபர்ஸ்ட், நாந்தான் ஸ்கூல் ஃபர்ஸ்ட்’ என்று மகிழ்ச்சி பொங்கச் சொல்லிக்கொண்டேவந்தான். செம்மாங்குளத்தில் ஆண்கள் படித்துறையிலும், பெண்கள் படித்துறையிலும் கத்திச் சொன்னான். தெருவில் ஒவ்வொரு வீட்டிலும் ஏறி இறங்கி சொல்லிக்கொண்டே வந்தான்.

‘நல்லாயிருய்யா ராசா’

‘இன்னும் நல்ல படியா’

‘நல்லா இருடே, சந்தோசம்டே’

பக்கத்து வீட்டுப் பாட்டி ‘என்னா செந்தில்லு விளையாடிட்டு வந்தியா? இப்படி வெசர்த்துருக்கு’ என்று கேட்டாள்.

‘இல்ல பாட்டி நா பள்ளிக்கூடத்துலருந்து வாரேன். பத்தாம் கிளாஸ்ல

நா பாஸ் ஆயிட்டேன். நாந்தான் ஸ்கூல் ஃபர்ஸ்ட்' என்று சிரித்துக்கொண்டு சொன்னான்.

'அப்படியா, சந்தோசமா இருக்குடே. நீ நல்லா இரு. அடுத்து பெரிய படிப்பு படிச்சு பெரிய ஆளாதான் வரணும்டேய்'

'சரி பாட்டி, நா வீட்டுக்கு போயிட்டு வாரேன்'

'வீட்டுக்கு இப்பப் போவாதடே, கொஞ்சம் கழிச்சிப் போ. வீட்ல ஆள் இல்லைன்னு நினைக்கேன் கேட்டியா? அதனால நீ கோயிலுக்குப் போயிட்டு விளையாடிட்டுப் போ'

செந்திலுக்கு வீட்டில் ஏதோ நடக்கிறது என்று புரிந்தது. 'சரி பாட்டி' என்று சொல்லி விட்டு நேராக கோயில் நோக்கி ஓடினான். பாட்டி அவன் சென்று மறைவதுவரை பார்த்தாள். சற்று நேரத்தில் வயலாங்கரை வழியாக வீட்டின் புறவாசலுக்கு வந்தவன், வெளியே கிடந்த விளக்குமாறில் இருந்து ரெண்டு ஈக்கல் எடுத்து கதவு இடுக்கு வழியாகக் கொண்டியைத் திறந்தான்.

மெதுவாக வீட்டிற்குள் போய் நடுவீட்டில் உற்றுப் பார்க்கும்போது பாயில் கோமதியும் மணிகண்டனும் அம்மணமாக கொஞ்சிக்கொண்டு கிடந்தார்கள். அடுக்களையில் நின்று ஒருமுறை மூச்சை இழுத்துக் கொண்டான். ஆத்திரம் செந்திலின் கண்களை நிறைத்தது. அம்மிக்கல்லின் மேலிருந்த குழவியை எடுத்து மணிகண்டன் மீது வீசினான். அது கோமதியின் முகத்தில் விழுந்தது.

அதைப் பார்த்து, அலறியடித்து அம்மணமாகவே, மணிகண்டன் வயல் வரப்பில் ஓடினான். அருகில் கிடந்த சேலையை கோமதியின் மீது போர்த்திவிட்டு வடக்குப்புறச் சுவரில் சாய்ந்து ஒரு காலை நீட்டியபடி செந்தில் உட்கார்ந்தான். அவன் கண்கள் நிறைந்திருந்தது. ஒருதுளி சத்தமும் கோமதியிடமிருந்து வரவில்லை. ஆனால் உடல் துடித்து

உதறியபடி இருந்தது. மணிகண்டனின் கூக்குரல் கேட்டு அக்கம்பக்கத்தினர், முன்வாசல் கதவைத் தட்டினார்கள். புறவாசல் வழியாக உள்ளே வந்தவர்கள் அதிர்ந்து நின்று, ஓவெனக் கூச்சல் போட்டார்கள். யாரும் செந்திலின் பக்கம் நெருங்கவில்லை. 'தள்ளய கொன்னுட்டியே பாவி. நீ நாசமாப் போவ' என்று சாபமிட்டார்கள்.

மறுநாள் காலை செய்தித்தாளின் இரண்டாவது பக்கத்தில், 'முதூர் அருகே கொடூரம், தாயைக் கொன்ற மகன் சிறுவர் ஜெயிலில் அடைப்பு!' என்ற செய்தி வந்திருந்தது. அதே செய்தித்தாளின் முதல் பக்கத்தில் 'மாவட்ட அளவில் முதூர் பள்ளி மாணவன் செந்தில் முதலிடம். மாநில அளவில் மூன்றாவது இடம்' என்ற தலைப்புச் செய்தியும் வந்திருந்தது.

சாதி வாக்கு

சிங்கபுரம் நகராட்சிக்குத் தேர்தல் அறிவிப்பு வந்தபோது நகரமே பரபரப்பானது. மொத்தமுள்ள 54 வார்டுகளுக்கு கவுன்சிலர் தேர்தல் நடந்தபின் அதில் வெற்றி பெறுபவர்கள், நகரமன்ற உறுப்பினர்களாகப் பொறுப்பேற்று மக்கள் பணி செய்வார்கள். சேர்மனுக்கு ஒரு ஓட்டு, கவுன்சிலருக்கு ஒரு ஓட்டு என இரண்டு ஓட்டுகள் உண்டு. 54வது வார்டுதான் சித்தார்த்தின் வார்டு.

நகரத்தில் பெரிய கட்சிகள் என்றால் அது உழைக்கும் மக்கள் முன்னேற்றக் கழகமும், ஜனநாயக மக்கள் முன்னேற்றக் கழகமும். இதில் உழைக்கும் மக்கள் முன்னேற்றக் கழகம் தேசிய அளவில் ஆண்ட கட்சி. ஜனநாயக மக்கள் முன்னேற்றக் கழகம் மாநில அளவில் ஆண்ட கட்சி. முன்பு இரண்டு கட்சிகளும் கூட்டணி வைத்து மாநிலத்தில் ஆட்சியைப் பிடித்தார்கள். மத்தியிலும் ஆட்சியை நடத்தினார்கள். கருத்து வேறுபாடு காரணமாகக் கடந்த எம்பி தேர்தலைத் தனித்தனியாக சந்தித்தது போல இந்த உள்ளாட்சித் தேர்தலிலும் நிற்கிறார்கள். அதுதவிர இப்போது

மாநிலத்தை ஆளும் புரட்சிகர மக்கள் கழகமும் களத்தில் இருக்கிறது. சிங்கபுரத்தைப் பொறுத்தவரை இந்த மூன்று கட்சிகளின் ஆதிக்கம்தான் அதிகம்.

சித்தார்த்துக்கு அரசியல் ஆர்வம் உண்டு. பதிமூன்று வயதிலேயே ஜனநாயக மக்கள் முன்னேற்றக் கழகத்தில் உறுப்பினராகச் சேர்ந்துவிட்டான். அதற்குக் காரணம் அவனது குடும்பத்தினரும் அந்தக் கழகத்தில் தொடக்ககாலம் முதல் இணைந்து செயல்பட்டு வந்ததுதான்.

எம்எல்ஏ தேர்தலைப் போல கவுன்சிலர் தேர்தல் கிடையாது. தன்னுடைய இயலுக்கு ஏற்றது போல் சீட்டுகளைக் கட்சியிடம் கேட்பார்கள். கவுன்சிலர் தேர்தலில் சுயேட்சைகள் அதிகமாகக் களம் இறங்குவார்கள். கட்சியில் உறுப்பினராக இருப்பவர்களுக்கு சீட் கிடைக்கவில்லை என்றால் சிலர் சுயேட்சையாகக் களத்துக்கு வருவார்கள். யாருக்கு சீட்டு கிடைக்கும் என்பதிலேயே பெரும் பரபரப்பு இருக்கும். வட்டச் செயலாளரின் ஆதரவு யாருக்கு இருக்கிறதோ அவருக்குத்தான் நகரச் செயலாளரும், மாவட்டச் செயலாளரும் சீட் கொடுப்பார்கள். வட்டச் செயலாளரின் பரிந்துரை ஏற்கப்படாவிட்டால் தேர்தல் வேலை செய்யாமல் உள்ளடி வேலை செய்வார்.

கொஞ்சம் செல்வச் செழிப்போடு, தேர்தல் செலவுக்குக் கணக்கு பார்க்காமல் செலவழிப்பவராக இருக்க வேண்டும் என்பதுதான் வேட்பாளராக முதல் தகுதி. இரண்டாவது தகுதி சாதி ஓட்டு. வார்டைப் பொருத்தவரை எந்த பெரும்பான்மை சாதி இருக்கிறதோ அந்த சமூகத்தைச் சேர்ந்தவர்களுக்குத்தான் தேர்தலில் சீட் கிடைக்கும். இப்போது உழைக்கும் மக்கள் முன்னேற்றக் கழகமும், ஜனநாயக மக்கள் முன்னேற்றக் கழகமும் தனித்தனியாக நிற்பதால் இரண்டு பேருக்கு சீட் கிடைத்தது.

54வது வார்டுதான் காமராஜ் நகர். அங்கு கிறிஸ்தவ நாடார்கள்

அதிகமாகவும் அதற்கடுத்து இந்து நாடார்களும், அதைவிட கொஞ்சம் குறைவாக நெசவு செய்யும் முதலியார்களும், முஸ்லீம்களும், நாவிதர்களும், சாம்பவர்களும் எனப் பல சாதியைச் சேர்ந்தவர்களும் இருக்கிறார்கள். எப்போதும் நாடார்களுக்குத் தேர்தலில் போட்டியிட வாய்ப்பு கிடைக்கும்.

பக்கத்து வார்டில் உள்ளவர் கூட 54வது வார்டில் சுயேட்சையாக நின்று ஜெயித்திருக்கிறார். அதற்கும் அவருக்கிருந்த தகுதி நாடாரான அவர் மக்களுக்கு நன்கு அறிமுகமான முகமாக இருந்ததுதான். இரண்டுமுறை தேர்வான அவர் கடந்தமுறை வார்டு பெண்களுக்காக ஒதுக்கப்பட்டதால் விலகிக் கொண்டார். அந்தத் தேர்தலில் உழைக்கும் மக்கள் முன்னேற்றக் கழகமும், ஜனநாயக மக்கள் முன்னேற்றக் கழகமும் கூட்டணியாக இருந்தது. 54வது வார்டு உழைக்கும் மக்கள் முன்னேற்றக் கழகத்திற்கு ஒதுக்கப்பட்டது. மரியம்மாவுக்கு சீட் கிடைத்தது. அவருக்கும் ஒரு யோகத்தில்தான் கிடைத்தது. அவர் பரம்பரை பரம்பரையாக அந்தக் கழகத்தில் செயலாற்றி போராட்டங்களில் கலந்துகொண்டு சிறை சென்றவர் அல்ல. வசதியான குடும்பம், கிறிஸ்தவ நாடார், பணம் நிறைய செலவழிப்பார் என்பதால், சீட் உடனே கிடைத்துவிட்டது.

கடந்த ஐந்து வருடம் ஊருக்குள் எப்போதும்போல வருவார், போவார். துப்புரவுப் பணியாளர்கள், தரை ஓடு பதிக்கும் தொழிலாளர்கள், சாலை போடுபவர்களை மக்கள் கூட்டத்தில் வைத்துப் பார்த்தால் இவர் மட்டும் மக்கள் பணி செய்வதுபோல அவர்களைத் திட்டுவார். எல்லோரும் கூடி நின்று பார்த்துக் கொண்டு 'அடடா என்ன ஒரு நல்ல கவுன்சிலர்' என்று வியப்பார்கள். வார்டில் நடக்கும் வேலைகளுக்கு கவுன்சிலருக்குப் பத்து சதவீதமும், சேர்மனுக்கு ஐந்து சதவீதமும், நகராட்சி கமிஷனருக்கு மூன்று சதவீதமும் கமிஷன் போய்விடும். இவ்வளவு கமிஷன் கொடுத்த பின்புதான் காண்ட்ராக்டருக்கு வேலை கிடைக்கும். பிறகு அவர்கள் என்ன தரத்தில் வேலை செய்வார்கள் என்று எல்லோருக்கும் தெரியும்.

ராம் தங்கம்

கமிஷன் வாங்கிக்கொண்டு அவர்களையே திட்டி மக்கள் முன்னிலையில் நல்லபெயர் வாங்கும் கவுன்சிலர்கள் எல்லா ஊரிலும் உண்டு. கவுன்சிலராக இருப்பதில் பல சௌகரியங்கள் கிடைக்கும். வார்டில் எந்த நிகழ்ச்சியானாலும் முதல் அழைப்பு போய்விடும். கட்சியின் பெருந்தலைகள் யாராவது வந்தால் முன் வரிசையில் இடம் கிடைக்கும். மாவட்ட அளவில் கட்சி மீட்டிங்கில் முக்கியத்துவம் கிடைக்கும். பல நிகழ்ச்சிகளுக்கு சிறப்பு அழைப்பாளராக அழைக்கப்பட்டு கௌரவிக்கப் படுவார்கள். கேபிள்கனெக்ஷன் இலவசம். இதுதவிர இன்னும் பல சலுகைகள்.

ஐந்து வருடமாக மரியம்மாவை எல்லோரும் கவுன்சிலராகப் பார்த்து கோரிக்கைகள் வைத்தார்கள். 'சரி வீட்டுக்காரர் வரட்டும் சொல்லுகேன்னா' 'மாமா வரட்டும் செய்ஞ்சு தர சொல்லுகேன்' என்பார். அதனால் மக்களுக்கு அவர்மேல் நிறைய சலிப்பு உண்டு. மரியம்மாவின் கணவர் ரியல் எஸ்டேட் பிசினஸ் செய்கிறார்.

இந்தத் தேர்தலிலும் 54வது வார்டு பெண்கள் போட்டியிடவே அறிவிக்கப்பட்டிருந்தது. கடந்த ஆண்டுவரை ஜனநாயக மக்கள் முன்னேற்றக் கழகத்தின் வட்டச் செயலாளரின் மனைவிதான் வேட்பாளராக நிற்கப் போகிறார் என்கிற தகவல் இருந்தது. அவருக்கு விழுப்புரத்தில் டீச்சர் வேலை கிடைத்துவிட்டதால் போய்விட்டார். வட்டச் செயலாளரும் வேறு யாராவது நின்று கொள்ளட்டும் என்று விட்டுவிட்டார்.

வட்டப் பிரதிநிதி நெசவு முதலியார் சமூகத்தைச் சேர்ந்தவர். அந்த வகையில் வட்டச் செயலாளருக்கு அவர் அழுத்தம் கொடுக்க, வட்டமும், நெசவு முதலியார் சமூகத்தைச் சேர்ந்த ஜானகியின் பெயரை நகரச் செயலாளரிடமும், மாவட்டச் செயலாளரிடமும் கொடுத்து சீட் வாங்கிக் கொடுத்துவிட்டார். வட்டப் பிரதிநிதியின் ஆதரவோடு ஜானகிக்கு சீட் கிடைத்தது. இருவரும் உறவினர்கள். அப்போதுதான் ஜானகியும்

பச்சையும் சிவப்பும் கலந்த கட்சித்துண்டைத் தோளில் போட்டார். அவரும் மரியம்மாவைப் போலத்தான். பாரம்பரியமாக அந்தக் கட்சியில் பணி செய்து வந்தவர் கிடையாது. வசதியும் கிடையாது. சீட் கிடைத்த பிறகுதான் அவருக்கும் அரசியல் ஆசை இருப்பது எல்லோருக்கும் தெரிந்தது.

சித்தார்த், அப்போது சிங்கபுரம் பஸ் ஸ்டாண்ட் பக்கத்திலிருந்த கால் சென்டரில் வேலை செய்து கொண்டிருந்தான். தினமும் காலை 6.30க்கு வேலைக்குப் போனால் சாயங்காலம் 4 மணிக்குத்தான் வேலை முடிந்து வருவான். கட்சிக் கூட்டங்களுக்கு, போராட்டங்களுக்கு என வட்டச் செயலாளரோடு போவதால் வட்டச் செயலாளருக்கு அடுத்தபடியாக வார்டில் அவனை எல்லோருக்கும் தெரிந்திருந்தது. சித்தார்த்தின் வீடு, ஜானகியின் வீட்டு வரிசையில்தான் இருக்கிறது. ஜானகியின் உறவினரின் வீட்டில்தான் வாடகைக்கு இருக்கிறான்.

தேர்தலுக்கு முன்புவரை அமைதியாக இருந்த 54வது வார்டில் சாதி கொஞ்சம்கொஞ்சமாக மேலெழுந்து பார்க்கத் தொடங்கியது. நெசவு முதலியார்கள் ஓரணியில் நின்று 'நமக்கு ஒரு வாய்ப்பு கிடச்சிருக்கு. அதனால இத நிச்சயமாகப் பயன்படுத்திக்கணும்' எனத் தீவிரமாகப் பேசிவந்தார்கள். ஆனால் பொதுவெளியில் வெளிப்படையாகப் பேசவில்லை.

மரியம்மா பக்கம் வெளிப்படையாகவே, 'இங்க நாடார்தான் அதிகமா இருக்கோம். அதனால நாடார்தான் மறுபடியும் வரணும். இல்லன்னா வார்டு நம்ம கையிலருந்து போயிரும்' என்றார்கள். ஜனநாயக மக்கள் முன்னேற்றக் கழகத்தில் இருந்த நாடார்களோடும், அவர்கள் சாதி ரீதியாகவே பேசினார்கள். என்னதான் கட்சி என்றாலும் உள்ளுக்குள் சாதிப் பாசம் அதிகமாக எல்லோருக்கும் இருப்பதுபோல 54வது வார்டுக்காரர்களுக்கும் இருந்தது.

ஆனால், இதில் சித்தார்த் மட்டும் விதிவிலக்கு. அவனுக்கு ஜனநாயக மக்கள் முன்னேற்றக் கழகத்தின் தலைவர் மேலும், அந்தக் கட்சியின் மீதும் உள்ள ஈடுபாடு காரணமாக சாதிக்குள் அடைபடாமல் கட்சி உணர்வாளனாக இருந்தான். அவன் வார்டில் உள்ள கட்சிக்காரர்களைவிடச் சிறியவனாக இருந்தான். அவனுக்கு இருபத்தி மூன்று வயதுதான்.

54வது வார்டு மேலூர், கீழூர் என இரண்டு பிரிவாக இருந்தது. மேலூரில் கிறிஸ்தவ நாடார்கள் அதிகமாகவும், அதில் அதிகமானவர்கள் அரசாங்க வேலைகளிலும், தனியார் நிறுவனங்களில் வேலை செய்யும் வசதியானவர்களாகவும் இருந்தார்கள். கீழூரில் அப்படி அல்ல, ஓரிரண்டு அரசாங்கப் பணியாளர்களைத் தவிர எல்லாருமே கூலிகள். இரண்டு பகுதிக்கும் வாழ்க்கை முறையும் மாறி இருந்தது. கீழூரில் எல்லா சாதியும் கலந்து இருந்தன. கீழூரில்தான் சித்தார்த்தின் வீடும் இருக்கிறது.

வட்டச் செயலாளர் மூர்த்தி, ஜானகிடமும் அவரது கணவர் கலாதரனிடமும் 'நீங்க சித்தார்த்தையும் எலக்சன் ஒர்க்குக்குக் கூப்பிடுங்க' என்றார். அதிகாலையில் வீடுகளுக்குப் பேப்பர், பால் பாக்கெட் போடுவது எனக் கொஞ்ச வருஷம் வேலை செய்திருந்ததால் மேலூரில் எல்லா வீடுகளும், வீட்டிலுள்ளவர்களின் பெயர்களும் அவனுக்குத் தெரியும். அதனால் கலாதரன் தினமும் காலையில் போன் செய்து சாயங்காலம் 'கேன்வாஸ்க்குப் போவணும் வந்துரு மக்கா' என்று அழைப்பு கொடுப்பார். அவர் வாடகைக் கார் ஓட்டிக் கொண்டிருந்தார். சித்தார்த் வேலை முடிந்ததும் போன் செய்யவும், அவர் காரில் வந்து அழைத்துக் கொண்டு வார்டுக்குப் போய், அங்கிருந்து வாக்கு சேகரிக்க ஒவ்வொரு வீடாகப் போவார்கள்.

வேட்பாளரின் கணவர் தன்னை தினமும் வந்து அழைத்துக்கொண்டு போவது அவனுக்குக் கொஞ்சம் பெருமையாகவே இருந்தது. முதலில் கீழூரில் வாக்கு சேகரிக்கத் தொடங்கினார்கள். எப்போதும்போல

தெரிந்தவர்கள் எல்லாரும் 'ஒங்களுக்குப் போடாம வேற யாருக்குப் போடப் போறோம். நீங்கதானே வரணும். ஒரு மாற்றம் வரணும்லா' என்றெல்லாம் சொல்லிக் கொண்டிருந்தார்கள். உழைக்கும் மக்கள் முன்னேற்றக் கழகம் கட்சியைச் சேர்ந்தவர்கள் வீட்டிற்கும் வாக்கு கேட்கத் தவறாமல் போனார்கள். அதற்குக் காரணம், நிறைய நெசவு முதலியார்களும் அந்தக் கட்சியில் இருந்ததுதான்.

தினமும் வாக்குச் சேகரிப்பு முடிந்ததும் தற்காலிகத் தேர்தல் அலுவலக முகாமில் வந்து ஆசுவாசப்படுத்திக்கொண்டு ஆளுக்கு 200, 300 என கலாதரன் வந்தவர்கள் பாக்கெட்டில் சொருகிவிடுவார். அங்கிருந்து எவ்வளவு இருக்கிறது என்று பார்க்காமல் வெளியே வந்து எண்ணிப் பார்ப்பார்கள். தண்ணி வண்டிகள் யாராவது இருந்தால், அவர்களுக்கு பாட்டில் சப்ளை நடக்கும். அங்கிருந்து மடக் மடக் என ராவாக ஊற்றிக்கொண்டு 'மாப்ள நீ ஜெயிச்சாச்சு. உன் பொண்டாட்டிதான் கவுன்சிலர் எழுதி வச்சிக்க. நம்மளை மீறி எவனாவது மாத்தி ஓட்டு போட்டுருவானா? அதுக்குதான் விட்டுருவோமா?' என்று புலம்பத் தொடங்குவார்கள்.

அவர்களை எல்லாம் ஓரளவு சமாதானப்படுத்தி கலாதரன் வீட்டுக்கு அனுப்புவார். அதற்கு முன்பாகவே வட்டச் செயலாளர் போய்விடுவார். அவர் ஜனநாயக மக்கள் முன்னேற்றக் கழகத்துக்கு வரும்முன் உழைக்கும் மக்கள் முன்னேற்றக் கழகத்தில்தான் மாவட்ட அளவில் பொறுப்பில் இருந்தார். அதற்குப் பின்பு இங்கு சேர்ந்து வட்டச் செயலாளர் ஆனார்.

எல்லாரையும்விட வட்டப் பிரதிநிதியும், சித்தார்த்தும் ஆரம்பத்தில் இருந்தே கட்சியில் இருக்கிறார்கள். சித்தார்த், கடந்த எம்பி தேர்தலுக்கு முன்பு தேர்தல் பிரச்சாரத்திற்குப் போயிருந்தான். அதன்பிறகு எம்எல்ஏ தேர்தலில் பிரச்சாரத்திற்கும் பூத் ஏஜெண்டாகவும் இருந்தான். அதனால் ஜனநாயக மக்கள் முன்னேற்றக் கழகத்தில் நகர நிர்வாகிகளுக்கு ஓரளவு அவனைத் தெரியும். 'கட்சியில இளைஞரணி அமைச்சதும் வார்டு இளைஞரணி அமைப்பாளர் பொறுப்பு சித்தார்த்துக்குதான்

கொடுப்போம்' என்று வட்டச் செயலாளர் சொல்லியிருந்தார். கட்சிக்காக லீவு போட்டுக்கொண்டு வந்து வேலை செய்யும் உணர்வு அவனிடம் இருந்தது.

கீழூரில் தினமும் வீடு வீடாக வாக்குச் சேகரிப்புப் போய்க்கொண்டிருந்தது. சாதி விஷமும் ஓடிக்கொண்டிருந்தது. எந்த சாதிக்கு ஓட்டுப் போடுவது. யார் வரவேண்டும் என்று மக்களும் பேசத் தொடங்கி இருந்தார்கள். 'எம்எல்ஏ, எம்பி தேர்தலில் கூட மக்கள் இப்படிப் பேசவில்லை. கட்சி பார்த்து ஓட்டு போட்டார்கள். இந்த வார்டு தேர்தலில் சாதியைப் பற்றிப் பேச்சு வந்துவிட்டதே' என்று சித்தார்த்துக்கு ரொம்பவே வருத்தமாக இருந்தது. தன் கட்சிக்காரர்களாக இருந்தாலும் நாடார்கள் யார் பக்கம் நிற்பார்கள் என்று அவனும் போகப்போக யோசிக்கத் தொடங்கினான்.

மேலூரில் வாக்கு சேகரிக்கப் போகும்போது மரியம்மாவுக்கு பெரிய அறிமுகம் தேவை இல்லாமல் இருந்தது. கடந்தமுறை கவுன்சிலர் என்பதால் எல்லோருக்கும் அவர் நன்கு பரிச்சயமாகி இருந்தார். ஆனால் ஜானகிக்கு அப்படி இல்லை. அப்போதுதான் மேலூரில் வீடு வீடாக வாக்கு சேகரிக்கப் போகிறார். சித்தார்த்துக்கு அந்தப் பகுதியில் நல்ல அறிமுகம் என்பதால் அவன் முன்னால் போய் வீட்டு வாசலில் நின்று 'சார்' அல்லது 'அக்கா' 'அண்ணன்' என்று கூப்பிடுவான். அவனை ஒவ்வொரு வீட்டிலும் தெரியும் என்பதால் 'தம்பி வா' என்று கூப்பிடுவார்கள். அவன் வேட்பாளரை அறிமுகம் செய்வான். ஜானகியும் கும்பிட்டு 'எனக்கு ஓட்டு போட்டுருங்க. நா நிச்சயம் நல்லது செய்வேன்' என்று வாக்குறுதி கொடுப்பார். மறுபடி அடுத்த வீட்டுக்குப் போவார்கள். ஒவ்வொரு வீட்டிலும் சித்தார்த்துக்கு அறிமுகம் இருந்ததால், கலாதரன் 200 ரூபாயில் இருந்து 300 ரூபாய் கொடுக்கத் தொடங்கினார்.

மேலூருக்கு வாக்கு சேகரிக்கப் போவதென்றால் கலாதரன் சித்தார்த்துக்கு மூன்றுமுறை போன் செய்து விடுவார். தினமும்

புலிக்குத்தி 86

சாயங்காலம் பிரச்சாரத்துக்குப் போவதற்காகவே அலுவலகத்திலேயே முகம் எல்லாம் கழுவி ஃபெரஷ் ஆகி விடுவான். அவன் வேலை செய்து முடிக்கும் முன்பே கார் அலுவலகத்தின் வாசலில் வந்து நிற்கும். அலுவலகத்தில் இருந்து வெளியே வருபவர்கள் சித்தார்த்தை அழைத்துச் செல்ல கார் நிற்பதைப் பார்த்து அவன் நன்கு வசதியான குடும்பத்தைச் சேர்ந்தவன் என்று நினைப்பார்கள். அதற்கும் காரணம் உண்டு. அவன் விலையுயர்ந்த துணிகளைத்தான் போட்டிருப்பான். அதிகமாகச் செலவு செய்வான். நிறைய தின்பண்டங்கள் வாங்கி தன்னோடு வேலை செய்பவர்களுக்குக் கொடுப்பான். அவன் செலவு செய்வதைப் பார்த்து 'உங்க வீட்டில நல்ல வசதியா? உங்க அம்மா அப்பா என்ன வேலை செய்றாங்க?' என்று கேட்பார்கள்.

அம்மா டீச்சராகவும், அப்பா ரயில்வேயில் வேலை செய்வதாகவும் சொல்வான். உண்மையில் அப்படி அல்ல. அவனது அம்மா சத்துணவுக் கூடத்தில் சமையல் செய்யும் ஆயாவாக இருக்கிறார். அப்பா சிங்கபுரம் சந்தையில் சுமைதூக்கும் தொழிலாளியாக இருக்கிறார்.

தேர்தல் பிரச்சாரம் போய்க் கொண்டிருந்தபோது எல்லோருக்கும் சந்தேகம் வரத் தொடங்கியது. யார், யாருக்கு ஆதரவாக இருக்கிறார்கள் என்பது பெரும் கேள்விக்குறியாக இருந்தது. சித்தார்த்துக்கு இந்தத் தேர்தலில் வெற்றி பெற்றால் தன்னுடைய கட்சி கவுன்சிலர், மக்கள் பணி செய்வார் என்கிற ஒரே ஒரு நம்பிக்கை மட்டும் இருந்தது. அவனுக்குப் பணம், பதவி என்றெல்லாம் எதுவுமில்லை. தான் வேலை செய்த வேட்பாளர் ஜெயித்து விட்டார் என்கிற நிம்மதியே அவனுக்குப் போதும் என்று நினைத்துக் கொண்டான்.

தேர்தல் நெருங்கி வரவர மரியம்மா ஓட்டுக்குப் பணம் கொடுக்கிறார் என்று ரகசியமாகத் தகவல் வந்தது. அதுவும் மெஜாரிட்டி குறைவான மக்களுக்கு முதலில் பணத்தைக் கொடுத்தார். எப்படியும் பெரும்பான்மையான நாடார்கள் அவருக்கு ஓட்டு போட்டு விடுவார்கள் என அவர்கள் இருக்கும் பகுதியில் பணம் கொடுப்பதைக் கொஞ்சம்

நிறுத்தி வைத்திருந்தார். முக்கியமாக, ஜனநாயக மக்கள் முன்னேற்றக் கழகத்தில் இருக்கும் கட்சி உணர்வாளர்களுக்கும். அதுவும் நாடார்களுக்கு மறைமுகமாக பணத்தை வினியோகம் செய்தார்.

கடைசிக்கட்ட வாக்குச் சேகரிப்பின் போது படிப்படியாக ஜானகிக்கு ஓட்டு கேட்க ஆட்கள் வருவதும் குறைந்தது. கலாதரன் விசாரித்தால் ஏதாவது வேலை இருக்கிறது என்று சொல்லித் தட்டிக்கழித்து வந்தனர். அவர்களுக்குப் பணம் வந்துவிட்டது என்று அவர் புரிந்துகொண்டு வட்டச் செயலாளரிடம் ‘எல்லாத்துக்கும் பணம் போய்ட்டுபோலத் தெரியுது. அதனாலதான் எல்லாரும் வர்றதும் குறையுது’ என்று சொன்னார். இந்த விஷயங்களை சித்தார்த்தும் கேட்டுக்கொண்டிருந்தான்.

மரியம்மாவின் பணப் புழக்கம் அதிகரிக்க அதிகரிக்க, கலாதரனுக்குப் பெரும் சங்கடம் உருவாகியிருந்தது. ஜானகியும் முதன்முறையாகத் தேர்தலில் நிற்பதால், தோற்றால் பெரிய அவமானமும், மன உளைச்சலும் ஏற்பட்டுவிடும் என்று புலம்பினாள். சித்தார்த் ‘நாம நிச்சயம் ஜெயிச்சிருவோம்’ என்று கலாதரனுக்கும் ஜானகிக்கும் ஆறுதல் சொன்னான்.

ஒருநாள் சித்தார்த் வீட்டில் இருக்கும்போது ஓட்டு கேட்டு மரியம்மா வந்துவிட்டார். ‘நம்மல்லாம் ஒரே ஜாதி. சொந்தக்காரங்க வேற. நீ எப்புடி அங்க போய் வேலை செய்வ? கட்சி சார்புல நீ வேலை செஞ்சாலும் பரவாயில்லை, ஆனா ஓட்டு நமக்குதான் போடணும். அதை மட்டும் நீ ஞாபகம் வச்சுக்கோ. ஒங்க கட்சில இருக்குற எல்லாருமே நமக்குதான் ஓட்டுப் போடுவாங்க. நம்ம ஜாதி நமக்குத்தானே ஓட்டுப் போடும். ஒங்களையெல்லாம் நம்பித்தானே நானும் எலக்சன்ல நிக்கேன்’ என்று சொன்னார்.

சித்தார்த் இந்த விஷயத்தை ஜானகிடமும், கலாதரனிடமும், வட்டச் செயலாளரிடமும் சொன்னான். அவர்களுக்கு சித்தார்த் பணம்

வாங்கவில்லை என்ற பெரும் நம்பிக்கை இருந்தது. வட்டச் செயலாளருக்கும் மரியம்மாவுக்கும் அவ்வளவு ஒத்துப்போகாது. அவர்கள் இரண்டுபேரும் ஒரே தெருவில் இருந்தாலும், பார்த்துச் சிரித்துக்கொள்வதும் பேசிக்கொள்வதும் கிடையாது. அதனால் வட்டச் செயலாளரைத் தவிர்த்து, மரியம்மா எல்லோருக்கும் பணம் கொடுத்திருந்தார். மரியம்மாவின் கணவர் ஊரின் முக்கியப் புள்ளி என்பதால் யார் மூலமாகப் பணம் கொடுத்தால் எப்படிப் போகும் என்பது அவருக்கு நன்கு தெரியும்.

சித்தார்த், காலையில் அலுவலகத்திற்கு வேலைக்குப் போகும்போது எதிரே வருபவர்கள் ‘நீ நாடார்தானல? பொறவு ஏம்ல அங்க போய் வேலை செய்ய? நம்ம ஆளுதான் நமக்கு வரணும். அதுதான் நமக்கு நல்லது’ என்று சொன்னார்கள். ‘இல்ல நா கட்சிக்காதான் இருக்கேன். எனக்கு ஜாதியவிட கட்சிதான் முக்கியம்’ என்று அவன் சொன்னான். ‘சரி பரவால்ல, நீ எம்எல்ஏ, எம்பி எலெக்சன்ல கட்சி பாத்து ஓட்டு போடு. இப்போ நம்ம ஜாதிக்காரன் நிக்கும்போது, அவனுக்குத்தான் ஓட்டு போடணும்’ என்றார்கள். இதையெல்லாம் காதில் வாங்கிக் கொள்ளாதபடி அவன் போய்க் கொண்டிருந்தான்.

தீவிரமாக ஜானகிக்குப் பிரச்சாரம் செய்ய வந்து கொண்டிருந்தவர்கள் எண்ணிக்கை குறைந்தது, மரியம்மாவின் அணிக்கு பெரும் சந்தோஷத்தைக் கொடுத்தது. ஆனால் யாரும் வெளிப்படையாக ஜானகி அணியில் இருந்து மரியம்மா பக்கம்போய் வேலை செய்யவில்லை. எல்லோரும் அமைதியாக இருந்துவிட்டனர். ஆரம்பத்தில் இருந்த வெற்றிக்கான அறிகுறி கொஞ்சம் கொஞ்சமாக ஜானகிடம் குறைந்து வந்தது. தொடக்கத்தில் இந்தத் தேர்தலில் நின்றிருக்க வேண்டாமோ என்று யோசித்த மரியம்மா பணம் இறங்கியதும் ரொம்ப உற்சாகமாகவே வலம் வந்தார்.

வழக்கம் போலத் தேர்தல் நாளன்று எல்லோரும் வாக்கு செலுத்தினார்கள். இந்தமுறை சித்தார்த் பூத் ஏஜெண்டாக இருக்காமல்,

வெளியிலிருந்து எல்லோருக்கும் ஓட்டு ஸ்லிப் கொடுப்பது, ஓட்டு போடச் சொல்வது என்று வட்டச் செயலாளரோடு நின்றிருந்தான். ஆனால் மக்கள் எப்போதும்போல, யாரைப் பார்த்தாலும் சிறு புன்முறுவலோடு போய்க் கொண்டிருந்தார்கள். வெற்றி யாருக்கு என்று தெரியவில்லை. ஆனாலும் கட்சித் தலைமை ஜானகி வெற்றி பெற்றுவிடுவார் என்று நம்பியிருந்தது. நகரச் செயலாளர் ‘இந்த தடவ ஒரு பாவப்பட்டத நகர்மன்றத்துக்கு அனுப்பி வைக்கிறோம். அந்த சந்தோசமே போதும்’ என்று பெருமையாகச் சொல்லிவிட்டுப் போனார்.

ஒரு வாரத்தில் வாக்குகள் எண்ணப்பட்டன. சித்தார்த் அலுவலகத்தில் வேலை செய்து கொண்டிருந்தாலும் வெற்றிச் செய்திக்காகக் காத்திருந்தான். சாயங்காலத்துக்கு முன் வாக்கு எண்ணிக்கை முடிந்திருந்தது. மரியம்மா 603 வாக்குகள் வித்தியாசத்தில் வெற்றி பெற்றார் என்கிற தகவல் வட்டச் செயலாளர் மூலம் வந்து சேர்ந்தது. அதற்குமேல் அவனால் வேலை செய்ய முடியவில்லை. ஒருவித படபடப்பாகவே மாலை வரை வேலை செய்தான். நான்கு மணிக்கு வீட்டிற்கு ஓடி வந்தான். வரும் வழியில் ஜானகியின் வீடு, இழவு வீடாகவே தெரிந்தது. கண்களில் நீர் கட்ட வருத்தத்தோடு ஓடிப்போய் வீட்டில் படுத்துக் கொண்டான். வெற்றி பெற்ற மரியம்மாவின் ஆதரவாளர்கள் பட்டாசு கொளுத்திய புகை தெருவில் நீண்ட நேரம் நின்றது. ஜானகியின் உறவினர் ஒருவர் ‘இந்த நாடா பயக்க ஏமாத்திட்டானுவ’ என்று மெதுவாகச் சொன்னார்.

ஜானகியின் மாமியார் ‘கடன் வாங்கி எடுத்துச் செலவு பண்ணுனோம். எல்லாருமே ஏமாத்திட்டாங்களே. இப்போ எல்லாத்துக்கும் வட்டி கட்டணுமே’ என்று புலம்பிக் கொண்டிருந்தார். கலாதரன், வெளிநாட்டில் இருக்கும் தன் தம்பியிடம் இருந்து இரண்டு லட்சத்துக்குமேல் கடன் வாங்கி இருந்ததால் தோற்றதும் அவருக்குத் தகவல் போய்விட்டது. அவரும் ‘நீ மெதுவாக் குடு. இல்லன்னா ஒரு லட்சம் மட்டும் கொடுத்தாப் போதும்’ என்று சொன்னார்.

தேர்தல் முடிவு வந்த மறுநாள் முதல், வார்டு எப்போதும் போல இயல்பானது. அன்று மாலை கலாதரன், சித்தார்த்துக்கு போன் செய்தார். அவன் அலுவலகத்தில் இருந்து வெளியே வரும்போது வாசலில் நின்று கொண்டிருந்தார். 'எல்லாத்தையும் விட ஒனக்குத்தான் ரொம்ப வருத்தம் போலத் தெரியுது. மனசு ரொம்ப கஷ்டமாருக்கு. நீ மட்டும்தான் உண்மையா இருந்தேன்னு மனசுக்குத் தோணுது. இனிமே நமக்கு இந்த அரசியல் வேண்டாம். ஒழுங்காப் போய் வேலயப் பாக்கலாம். இங்க ஜாதிக்க முன்னாடி எந்த மாற்றத்தையும் கொண்டுவர முடியாது. ஒன்னப் பாத்து சொல்லணும்னு தோணுச்சு. அந்த ஜாதியா இருந்தாலும் எங்களுக்கு உண்மையா இருந்த. சரி ஒரு டீ குடிக்கலாமா?'

'குடிக்கலாம் வாங்கண்ணே' என்று சித்தார்த் அழைத்தான்.

டீ குடித்து முடித்ததும் 'ரூவா நீ கொடுத்துருவியா?' என்று கலாதரன் கேட்டார்.

பர்ஸில் இருந்த ரூபாயை எடுத்துக் கொடுத்துவிட்டு கலாதரனின் முகத்தை பார்த்தான். அவர் முகத்தில் ஏதோ ஒரு இயலாமை தெரிந்தது. தேர்தல் நேரத்தில் எல்லோருக்கும் டீக்கும், சாப்பாட்டுக்கும் செலவு செய்தவர், இப்போது ஒரு டீக்கு 'நீ கொடுத்துருவியா என்று கேட்கிறாரே' என்கிற வருத்தம் அவனுக்குள் எழுந்தது.

அவனிடம் டீக்கு காசு கொடுக்க சொல்கிறோமே என்கிற பெருங்கவலை அவருக்கும் இருந்தது. தேர்தல் பிரச்சாரத்தின் கடைசி நாளன்று கலாதரன் கொடுத்த மூன்று நூறு ரூபாய் நோட்டுகளை எடுத்து அவர் பாக்கெட்டில் வைத்தான். 'என்னடா இது வேண்டாம்' என்றார்.

'இல்லண்ணா இது உங்க காசுதான். உங்ககிட்ட இருக்கட்டும், ஒண்ணும் பிரச்னை இல்ல. வாங்க போலாம்' என்றான்.

'பெரும்பான்மை ஜாதிகிட்டருந்து மைனாரிட்டிக்கு வாய்ப்பு கிடைச்சாலும் மேல வரமுடியாது. ஜாதிய பூட்டுற பூட்டையும், சாவியயும்

இன்னும் யாரும் கண்டுபிடிக்கல. நீயும் கட்சி கட்சின்னு நிக்காத. அப்படி நின்னா ஒருநா ஏமாத்தப்படுவ. ஏமாளியாவ' என்றார்.

ஆட்டோ ஓட்டிக்கொண்டு வந்த ஒருவர் 'ஏ கலா, நீ சங்கக் கூட்டத்துக்கு வரலயா?' என்று கேட்டார்.

'இந்தா வாரேன். நீ முன்னால போ'

'என்ன கூட்டம்ணே?' என்று சித்தார்த் கேட்டான்.

'எங்க நெசவு முதலியார் சங்கக் கூட்டம்' என்றார்.

சித்தார்த் அப்படியே மௌனமாக நின்றான். கலாதரன் கார் கிளம்பியது.

பனங்காட்டு இசக்கி

இடையான்குடியில், குடியிருப்புப் பகுதியைத் தாண்டி இருக்கும் பனங்காட்டில் கடற்கரையைப் போல மணல் பரவிக் கிடந்தது. உடைமரக் கொப்பை வெட்டி இழுத்துச் சென்றபோது உதிர்ந்த முட்களும் அதில் கிடந்தன. மணல் பரப்பில் பனைமரங்களின் நிழல் குறுக்கும் நெடுக்குமாக விழுந்து கொண்டிருந்தது. நூற்றுக்கணக்கான பனைமரங்கள் நின்ற இடத்தில், இப்போது இருபத்தைந்து மரங்கள்தான் நிற்கிறது. சில பனைகளின் உச்சியில் பதநீருக்காகக் கட்டிப்போட்ட கலசங்களின் மேல் அணில்கள் ஓடிக் கொண்டிருந்தன. எப்போது கீழே விழும் எனத் தெரியாமல் காய்ந்த மட்டைகள் காற்றில் அங்கும் இங்குமாக அசையும்போது, தொங்கிக் கொண்டிருக்கும் தூக்கணாங்குருவிக் கூடுகளும் ஆடின.

பனைமூடுகளில் விழுந்து கிடந்த பனம்பழங்களின் மீது ஈக்கள் ரீங்கரித்து கொண்டிருந்தன. அங்கு நின்ற மொட்டைப் பனைமரத்தின் நடுவே இருந்த பொந்தில் ஒரு கிளி வெளியே போவதும் வருவதுமாக

இருந்தது. சில மரங்களில் வவ்வால்கள் தலைகீழாகத் தொங்கிக் கொண்டிருந்தன. ஒருசில மரங்களின் தண்டுப்பாகம் பச்சைப்பாசி பிடித்து காய்ந்துபோய் இருந்தது. அந்த மரங்களில் காக்கைக் கூடுகளும் இருந்தன.

முன்பெல்லாம் சூரியன் மேலேறி வருவதற்குள் கள் குடிக்க ஆண்கள் பனங்காட்டில் குவிந்து கிடப்பார்கள். பெரிய பனங்காடாக இருந்ததை வெட்டிவெட்டி இப்போது ஒரு கண்டத்தில் மட்டும் நிற்குமளவுக்கு மாறிவிட்டது. பனையை நம்பியிருந்த காலம் எல்லாம் மலையேறிப் போய் விட்டது. இப்போது பனையேற ஆள்களும் குறைவுதான்.

பனங்காட்டைத் தாண்டினால் நல்லக்கண்ணு நாடாரின் மாந்தோப்பு வழியாகப் போய், அச்சம்பாட்டு வாத்தியாரின் தென்னந்தோப்பைக் கடந்து, இடதுபுறமாக கோட்டையடி கால்வாயில் இருந்து மடை வரும் பக்கமாக வரப்பில் நடந்தால் சதாசிவம் நாடாரின் வயல் வரும். அங்கிருந்து ஒரு பர்லாங்கு நடந்தால் மார்த்தாண்ட சதுர்வேதி மங்கலம் போஸ்ட் ஆபீஸ் முன்புறம் கொண்டு விடும். அதுதான் பஸ் ஸ்டாப். மார்த்தாண்ட சதுர்வேதி மங்கலத்தில் இருந்துதான் நாகர்கோவில் போக, குமரித்துறை போக பஸ் கிடைக்கும். அந்தப் பகுதியில் மார்த்தாண்ட சதுர்வேதி மங்கலம்தான் பெரிய ஊர். அங்குதான் குலசேகர விநாயகர் கோயில் இருக்கிறது. அந்தக் குலசேகர விநாயகர் கோயிலை வேணாட்டு மன்னன் இரவிவர்மன் குலசேகரப் பெருமாள் கட்டினான்.

பனங்காட்டுப் பாதையில் பார்வதி நடந்து கொண்டிருந்தாள். அவளின் பின்னால், அவளது நிழலில் பேரன் சங்கரும் நடந்து கொண்டிருந்தான். பார்வதியின் வடிக்கப்பட்ட காதில் பெரிய பாம்படமும், தண்டட்டியும், அரித்தளுப்பனும் தொங்கிக் கொண்டிருந்தன. நடையின் வேகத்திற்கு ஏற்ப அவையும் ஆடின. பார்வதியின் மகள் சொர்ணத்தின் மகன்தான் சங்கர். அவனுக்குக் கூடப் பிறந்த தங்கச்சி சாந்தியை ஆறு வருசம் முன்பு ஆரல்வாய்மொழியில் கட்டிக் கொடுத்தார்கள்.

ஐந்து வருசம் முன் சங்கரின் அம்மா செத்துப்போனாள். அதற்கு ஐந்து வருசம் முன்தான் சங்கரின் அப்பா கணேசன் பனையில் இருந்து தவறி விழுந்து முதுகெலும்பு உடைந்து கொஞ்சநாள் படுக்கையில் கிடந்து செத்துப்போனார். இப்போது சங்கருக்கு, பாட்டி பார்வதிதான் ஆதரவு. அவனுக்கு ஏதோ சம்பந்தத் துப்பு வந்திருப்பதாக சாந்தி தகவல் சொன்னதால் அவளைப் பார்க்கத்தான் ஆரல்வாய்மொழிக்குப் போகிறார்கள்.

‘லே மக்கா, கோயில் வருவு, செருப்ப கழத்திக் கையில எடு’ என்று பாட்டி சொன்னாள்.

பார்வதி செருப்பு போடவில்லை. சங்கர் செருப்பைக் கழற்றி கையில் எடுத்துக் கொண்டான். எதிரே இசக்கி கோயில். அதன் வெளியே தலையில்லாமல் இசக்கியின் ஓட்டு உருவங்கள் சில நிறுத்தப்பட்டிருந்தன. நிறைய ஓட்டு உருவங்களும் முகங்களும் மண்ணில் விழுந்து கிடந்தன. ஆக்ரோசமான இசக்கி உருவங்களின் முகங்களும் உடல்களும் ஒரு அமானுஷ்யச் சூழலை உருவாக்கி இருந்தது. நான்குக்கு நான்கு அளவுள்ள அறையில் கற்சிலையாக இசக்கி கையில் குழந்தையோடு நின்று கொண்டிருந்தாள்.

பார்வதி இடுப்பில் சொருகி வைத்திருந்த வீட்டு இரும்புச்சாவியை எடுத்து சங்கரிடம் நீட்டினாள். கோயிலின் பக்கவாட்டில் இருந்த விளக்குமாறை எடுத்து கோயில் நடையைத் தூத்துப் பெருக்கிப் போட்டுவிட்டு சுற்றிப் பார்த்தாள். சற்று முன்னால் விழுந்த பனம்பழம் மூட்டில் கிடந்தது. அதைப் போய் எடுத்து வந்து கோயில் வாசலில் வைத்துவிட்டு, முந்தானையில் முடித்து வைத்திருந்த சூடத்தை எடுத்து பனம்பழத்தின் மேல் வைத்தாள். கம்பி போட்ட கோயில் கதவுக்குள்ளே தீப்பெட்டியைத் தேடினாள். இடதுபக்கம் சுவரோரம் தீப்பெட்டி இருந்தது. அதை எடுத்து சூடத்தைக் கொளுத்திவிட்டுக் கும்பிட்டாள். சங்கர் கையில் இருந்த செருப்பைத் தூரமாக வீசிவிட்டு கும்பிட்டான்.

'எம்மா வழித்தொணைக்கி மட்டும் வா. ஆனா சோதிச்சிறாத, ஒன்ன நம்பித்தான் போறோம்' என்று பார்வதி சத்தமாக வேண்டினாள்.

சங்கர் வாய்க்குள் முணுமுணுப்பாக வேண்டிக் கொண்டான்.

'மக்கா வா போவோம்'

பாட்டியின் பின்னால் மாந்தோப்பு நோக்கி நடக்கத் தொடங்கியவன், எதேச்சையாகத் திரும்பிப் பார்த்தான். உடைந்த ஓட்டை உருவங்கள் பல இசக்கிகளாக அவன் கண்களுக்குத் தெரிந்தன. செருப்பைக் காலில் மாட்டிக் கொண்டான்.

'ஏம்பாட்டி, இந்தக் கோயிலுக்கு மாத்திரம் எல்லாரும் பயருகாவ? இந்த எசக்கியம்மன பத்தி யார்கிட்ட கேட்டாலும் ஒன்னும் சொல்லமாட்டேங்காவ?'

'எல்லாம் அவமேல இருக்க பயம்தான். அவளைப் பத்திப் பேசினா, அவ கூட வந்துருவாளோன்னும், மேல எறங்கிடுவாளோன்னும் பயம்தான். ஆனா அவ முன்னாடி பனம்பழத்துல சூடத்தைக் கொளுத்தி வச்சு கும்புட்டா, வேண்டுன காரியத்தை ஒடனே நடத்தி வைப்பா. இங்க பல பேரோட நம்பிக்கையே இவதான். மக்கா, அவளும் நம்மள மாதிரி மனுசியாக இருந்தவதான்'

'என்ன பாட்டி சொல்லுக?'

'ஜில்லா முழுசும் இருக்க அம்புட்டு எசக்கியுமே, மனுசியா வாழ்ந்தவளுகதான். எவனாவது அடிச்சுக் கொன்னுருப்பான். இல்லன்னா எவன் கிட்டயோருந்து தப்பிக்க தன்னைத் தானே கொன்னுருப்பா. இப்புடித்தான் எசக்கிகளே வாராளுக. நாம நம்ம பாட்டுக்குப் போயிட்டே இருப்போம்'

'ஆமா இந்தப் பனங்காட்டு எசக்கிக்கு என்னாச்சி பாட்டி?'

‘அது ஒரு பெரிய கதை. பண்டுல ஜில்லா முழுக்க பனமரந்தான். பனய நம்பியே பெருங்கூட்டம் வாழ்க்கய ஓட்டுச்சி. தின்னவேலி ஜில்லால சீசன் முடிஞ்சதும், இங்க பனயேற வரச்சொல்லி ஓல வரும். செலதுவ தனியாகவும், குடும்பத்தோடியும் வரும். அதுவ இங்கவுள்ள பண்ணையாருமாருக்க விளையிலயோ, குளத்தங்கரையிலயோதான் விடுலிப் போட்டு கள்ளு, பயினி எறக்கிக் குடும்பத்தை ஓட்டும். காலையில பயினி ஆம்பளய எறக்குறத, பொம்பளய பானையில சொமடு எடுத்துப் போயி விக்கணும். இல்லன்னா பண்ணையாரு வீட்டுலயோ, வலிய வீட்டுலயோ கொண்டுபோய் வைக்கணும். அங்கருந்து கருப்பட்டி காச்சப் போவும்.

இங்க வலியவீட்டு நாடான் குடும்பம்தான் பெரிய பண்ணையார் குடும்பம். அவியளும் வெள்ளாம்பிள்ளயப் போல சாணாப்பயலே, பனயேறின்னு தான் கூப்புடுவானுவ. இதுயான்னா, பனயேறின்னா கொறஞ்ச சாதியாம். மத்தவியனா கூடுன சாதியாம். ஆம்பளங்க வெள்ளன பனயேறப் போவும்போது தளநாரு, பயினி குடுவ, முறுக்குத்தடி, இருமுட்டிக் கலயம், இடுப்புல அருவாப்பெட்டி, காலுல பனமட்ட செருப்போடிப் போறதப் பாக்க யுத்தத்துக்குப் போறதுபோல இருக்கும். முறுக்குத் தடிய பனயில சாத்தி வச்சிட்டு பாள அருவாளத் தீட்டிட்டுத் தளநார காலு பாதத்துக்கு மேலப் போட்டு பின்பக்கம் மணிக்கட்டுக்க கீழ வரமாதிரி விட்டு துள்ளி ஏறும் பனயேறிகளுக்க அழகே தனி. பனயேறதுலயே ஆறு தினுசு உண்டு. பனக்கி பன தாவுற தெறமசாலி பனயேறியளும் இருந்தாவ. ஓந்தாத்தன் பனக்கிபன தாவுவாரு. பனயேறி ஆம்பளய ஒடம்பே காச்சிப் போயிருக்கும்.

பன ஏறும் போதும், எறங்கும் போதும் மேலதான் பாக்கணும். பாள வந்த பனயிலதான் பயினி வரும். இடுக்கி வச்சி பாளய மெல்ல பக்குவமா நசுக்கி சொட்டுப்போட வைப்பாவ. பனயில ஏறி நிக்கும்போது மட்ட எதாது கீச்சி விட்டா, கருக்குமட்டப்பூவ எடுத்து கீச்ச எடத்துல வைப்பாவ. அது சீக்கிரமே ஆறிறும்.

பனமரத்துக்கப் பக்கத்துல உடை நின்னா, அத மொத வெட்டுவோம். உடை நின்னா பனயில பாள வராது. பத்தடிக்கு ஒரு பன நிக்கும். தானா மொளக்க பன பீலிவிட்டு வடலியா வளரும். அப்ப ஆடுமாடு கடிச்சா வடலி சீக்கிரம் வளராது. அதனால வடலியச் சுத்தி கள்ளி நடுவோம். மொத ரெண்டு வருசம் பீலி, அடுத்து பத்து வருசம் வடலி, அதுக்கடுத்துதான் பன. நாங்க பனயில ஒத்தக் கொட்ட, ரெட்ட கொட்ட, முத்தை கொட்டன்னு பிரிச்சி பத்தடி எடம் விட்டு பொதைப்போம். ஒத்தக் கொட்டனா பண்ணையாரே சந்தோசப்படுவாரு. அது பெண் பன. அதுல தான் பருவ பாள பயினி கெடைக்கும். ரெட்ட கொட்டனா ஆண் பன. அது பருவமடைஞ்சி வரும்போது திறட்சியான பூத்தண்டு வரும். அதுல கட்டுப்பாளப் பயினி கெடைக்கும். முத்தை இல்லனா முக்காலின்னு சொல்ல கொட்டயில ஒரு ஆண், ஒரு பெண் பன மொளைக்கும். எது ஆண் பன, எது பெண் பனன்னு கண்டுப்புடிக்கவே பயினஞ்சி வருசமாவும்.

பங்குனில தொடங்கி ஆடிமாசம் வரதான் பயினிக்கான சீசன். ஆவணி, புரட்டாசில ஓலவெட்டு, அய்ப்பசிலருந்து மார்கழி வர மழைதான். ஆடியில காத்தாடிப் பயினி வரும், அத கருப்பட்டி காச்சினாதான் கட்டுபடியாவும். அதுக்க பொறவு பங்குனி, சித்திரயில பனம்பழம், நொங்கு, பனங்கிழங்குன்னு ஒரே கொண்டாட்டம் தான்.

பருவப்பன பயினின்னா தேனா இனிக்கும். பயினிய பனயோலப் பட்டயில ஒழக்குல அளந்து ஊத்தி விப்போம். பயினில நொங்கு போட்டு குடிச்சா தேவாமிர்தம் போலயாக்கும் இருக்கும். மரத்துல கட்டிப் போட்டுருக்க கலயத்தில எது பயனி, எது கள்ளுன்னு கண்டுபுடிச்சிரலாம். கள்ளுப் பானையில எறும்பு கெடக்காது. பயனில சுண்ணாம்புச் சத்தும், இரும்புச் சத்தும் இருக்கதுனால பூச்சியளுக்க விசத்தை முறிச்சிரும். பயினிய பனலருந்து பிந்தி எறக்குனா சளிச்சிடும்.

வடலி வளந்து பருவமடையும் போது ஊரே மணக்கும். பயினி சீசன்னாலே புள்ளேளுவளுக்கு திங்க ஒரே பண்டமாத்தான் இருக்கும்.

பனயோலக் கொழுக்கட்ட, பனங்குருத்து, ஏலம் சுக்குப் போட்ட புட்டுக் கருப்பட்டி, தவுணு, பனங்கெழங்கு, கருப்பட்டி போட்டு அவிச்ச பனம்பழம், கடுக்கா நொங்குன்னு புள்ளேளுவளுக்கு பண்டமே பனயிலருந்துதான். இப்ப இருக்கது போல சீனி பண்டம்லாம் கெடையாது. எல்லாமே கருப்பட்டி பண்டம்தான். அதுவும் நாங்களே செய்யதுதான்.

ஒனக்க அம்மைக்கி சோத்துக் கத்தாளச்சோறுதான் ரொம்பப் புடிக்கும். அதுனாலயே சோத்துக் கத்தாளய பறிச்சிட்டு வருவா. நாந்தான் அத சீவி அதுல உள்ள சதையப் பானையில கருப்பட்டியோட சேத்துப் போட்டு அவிப்பேன். அதுதான் சோத்துக் கத்தாளச் சோறு. அதுனாலதான் அந்த கத்தாளக்கி சோத்துக் கத்தாளன்னு பேரு. பயினில சீனிக்கிழங்கப் போட்டு அவிச்சி தின்னா ரெண்டு நாளுக்கு ருசி அப்படியே நாக்குல நிக்கும்.

பனயேறி எதுக்கும் பயப்பட மாட்டான். ஆனா கடந்தை கூடு கட்டுனா அந்தப் பனயில ஏற மாட்டான். கடந்தை கொட்டி செத்தவன் நெறைய உண்டு. அதனாலதான் அத காண்டாமிருக கரிச்சைன்னு சொல்லுவாவ' என்று சொல்லிவிட்டு பாட்டி நிறுத்தினாள்.

சங்கர், பாட்டியின் முகத்தைப் பார்த்தபடியே நடந்தான். ஒத்தப்பனை ஓலமிட்டுக் கொண்டிருந்தது. அதிலிருந்த சில்லாட்டையும், பன்னாடையும் காற்றில் பறந்து கொண்டிருந்தது.

பார்வதி தொடர்ந்தாள். 'பனங்காட்டு எசக்கிக்கு என்னாச்சின்னு கேட்டல்ல, சொல்லுகேன் கேளு. மார்த்தாண்ட சதுர்வேதி மங்கலத்துல உள்ள நாடார்ல தங்கசாமி நாடார் குடும்பம் ரொம்ப வசதியா இருந்திச்சி. அவிய பனயேறத விட்டுட்டு மகாராசாவுக்கு வரி வசூலிக்கதுலயும் பனங்காட்டுல ஆளுவள வச்சி வேல வாங்கதுலயும் மும்முரமா இருந்தாவ. அவிய தன்னயே வலியவீட்டு நாடாருன்னு சொல்லிக்கிட்டாவ. அவிய நட, உட, பாவன எல்லாத்தையும் மாத்தி குட்டி ஜமீன்தார் போல நடந்துக்கிட்டாவ. ஊர்ல மதிப்பும் மரியாதையும்

கூடிட்டு. அதனாலயே மார்த்தாண்ட சதுர்வேதி மங்கலம் குலசேகர விநாயகர் கோயில் பொறுப்பும் அவிய கைக்கிப் போச்சி. எல்லாரும் அவியள வலியவீட்டு மக்கன்னு சொல்லத் தொடங்குனாவ.

திருவிதாங்கூர் சமஸ்தானத்தில மார்த்தாண்டவர்மா மகாராசாவா முடிசூடும் போது, ராமவர்மா மகாராசாக்க மக்கமாரு பத்பநாப தம்பியும், ராமன் தம்பியும் கலவரத்த உண்டாக்கி மார்த்தாண்டவர்மாயக் கொல்லத் தொறத்துனானுவ. மார்த்தாண்டவர்மா மருமக்க வழில வந்தவரு. அதனால மக்க வழில ஆட்சி வரணும்னு கலவரம் நடந்திச்சி. ராமன் தம்பிக்கும், பத்மநாப தம்பிக்கும் ஆதரவா எட்டு வீட்டுப் பிள்ளைமாரு இருந்தானுவ. அவனுவளும் மார்த்தாண்டவர்மாய கொல்லனும்னு தொறத்துனானுவ. ஒருதடவ பார்வதிபுரத்துல கோயில்ல வச்சி கொல்லணும்னு வந்தப்ப மார்த்தாண்ட வர்மா பூசாரி வேசத்துல தப்பிட்டாரு. இன்னொரு தடவ சக்கமரப் பொந்துக்குள்ள ஒளிச்சிருந்து தப்புனாரு.

வலியவீட்டு நாடார் குடும்பம் மகாராசாவுக்கு ஆதரவா இருந்து, அவருக்கு வேண்டிய ஒதவிகளயும் செய்து, ஆள்களயும் அனுப்பி கொடுத்தாவ. நெறைய நாடாமாரு மார்த்தாண்டவர்மாக்கு ஆதரவா இருக்கத கண்ட ராமன் தம்பியும், பத்பநாப தம்பியும் நாடாமாரு குடியிருப்புக்குள்ள எறங்கி அடிச்சத் தொடங்குனானுவ. அதுல பயந்த நெறய பேரு அவனுவளுக்கு ஆதரவாப் போனானுவ.

மார்த்தாண்டவர்மா மகாராசா ஒருநா நாரோயில் அரண்மனையில ஒறங்கிட்டு இருக்கும்போ ராமன் தம்பியும், பத்பநாப தம்பியும் உள்ள போயி பிரச்னை பண்ணிருக்கானுவ. காவலுக்கு நின்ன ஒருத்தன் பத்பநாப தம்பிய வெட்டிருக்கான். அதப் பாத்த ஆத்திரத்துல ராமன் தம்பி எல்லாத்தையும் வெட்டத் தொடங்கி, ஒறங்கிட்டு கிடந்த மார்த்தாண்டவர்மாய வெட்ட வாளத் தூக்கும்போது, வாளு மேல் உத்திரத்துல பட்ட சத்தம் கேட்டு மகாராசா சுதாரிச்சி ராமன் தம்பிய

வெட்டிக் கொன்னுட்டாரு. செத்தப் பொணத்த உப்பரிக்க சன்னல் வழியா, கீழத் தூக்கி வீசும்போது, அதப் பாத்துட்டுருந்த ராமன் தம்பி ஆள்களான நாடாமாரு ஓடுனானுவ. மகாராசாவச் சுத்தி நின்ன நாயர்மாருவ மகாராசாவுக்கு ஜே போட, மகாராசாவுக்குக் கோவம் முழுசா நாடார்மேலத் திரும்புச்சி.

அதுக்கப் பொறவு நாடாச்சிய மார்ல துணி போடக்கூடாது. ஆம்பளய முழங்காலுக்கு மேல்தான் துணி கட்டணும். கோயிலுக்குள்ள போவக் கூடாது, வேற சாதிக்காரன் தெருவுல போவக்கூடாதுன்னும் நெறய உத்தரவு வந்திச்சு. வலியவீட்டு நாடார்மாரு மகாராசாவுக்கு ஒதவுனதால அவனுவளுக்கு எந்தக் கட்டுப்பாடும் கெடையாது. எல்லாத்துலயும் அவனுவளுக்கு விதிவெலக்கு. அதுனால தன்ன மட்டும் நாடாருன்னும் மத்த நாடாமார சாணான்னும் சொல்லி, தன்னவிட கொறஞ்சவன்னு சொல்லி ஒதுக்குனானுவ.

இந்தப் பக்கம் இருக்க எடம் பூராவுமே வலியவீட்டு நாடாமாருக்கு மகாராசா குடுத்த எடம்தான். இவனுவ தன்னையும் மகாராசா போலயே நெனைச்சிட்டானுவ. மத்தவனுவள மதிக்கல்ல. மார்த்தாண்டவர்மா காலத்தில இந்த ஜில்லா பனயேறியதான் ரொம்ப கஷ்டப்பட்டாவ. தளவரி, கச்சவரி, கருப்பட்டி வரின்னு எல்லாத்துக்கும் வரி. ஒருகட்டத்துல இங்கவுள்ள முக்காவாசி பனயேறிகளும் தின்னவேலி ஜில்லாக்கி போய்ட்டாவ. அப்புடித்தான் எங்க முன்னோர் குடும்பமும் போச்சி. எல்லாத்துக்கும் வரி வரின்னா மனுசன் வாழாண்டாமா? பொம்பளக்க மாருக்குக் கூட வரிப் போட்டானுவன்னா பாத்துக்க.

தின்னவேலி ஜில்லா வெள்ளைக்காரத் தொரமாருட்ட இருந்திச்சி. இவனுவளுக்கு அவனுவ எவ்வளவோ மேலு. ஒருகட்டத்துல வெள்ளைக்கார மிசினரிமாருவட்ட இங்குள்ள பனயேறிய போய் வேதத்துக்கு மாறுனானுவ. வேதக் கோயிலுக்குள்ளப் போவலாம், மார்ல சீல போடலாம், படிச்சலாம். எல்லாச் சலுகையும் கெடச்சி, மரியாதையும்

கெடச்சி. திருவிதாங்கூர்ல பின்னாடி வந்த மகாராசாவும், ராணியும் மேல்சீலப் போடலாம்னும், கோயிலுக்குள்ள போலாம்னும் உரிம குடுத்தாவ. அதுக்குள்ள நெறய சுடலமாடன் கோயிலும், எசக்கியம்மயும், முத்தாரம்மயும் வந்துட்டு.

வலியவீட்டுத் தங்கசாமி நாடான் குடும்பத்துல வாரிசா வந்த துரைசாமி நாடான் காலத்துலதான் முத்துச்சாமி, பனயேற நாங்குநேரியிலருந்து பொண்டாட்டிய கூட்டிட்டு, கைப்புள்ளையோட இடையான்குடிக்கி வந்தான். கல்யாணம் முடிஞ்சி ஒண்ணர வருசம்தான் இருக்கும். அவென் எங்க தாத்தா வழிச் சொந்தம். முத்துச்சாமிக்க பொண்டாட்டி பேரு உடையாள். ஆளும் பாக்க நல்லா லட்சணமா இருப்பா.

துரைசாமி நாடான் எப்பயும் பொம்பள பின்னாடியே போயிட்டே இருப்பான். ஆம்பள ஆளுவ பனயேறப் போனா, விடுலில இருக்க பொம்பளக்கிட்ட பேச்சுக் குடுக்க வருவான். அதனாலயே பாதி பொம்பளைய பனங்காட்டுலயே கெடக்கும். எவளாவது கொஞ்சம் அசைஞ்சா போதும் ஒடனே விடுலிக்கப் போயிருவான். ஒரு தடவ இப்புடித்தான், அவனுக்கு இசையலைன்னு ஒரு பொம்பளைய புடிச்சி வலிச்சி இழுக்கும்போ அவ அடி வெளுத்துட்டா. கருக்கு மட்டய எடுத்து சாத்துனதுல அவனுக்க ஒடம்பு புண்ணாச்சி. ஒடனே அவ களவாண்டுட்டான்னு அவளையும், அவ மாப்பிளையையும் அடிச்சே வெரட்டுனானுவ. அதுக்கப் பொறவு பெரும்பாலும் பொம்பளய விடுலில இருக்கதே கெடையாது. நாய் மோளதுக்கு மணத்திட்டு திரியதுபோல அவென் சுத்திட்டே இருப்பான்.

உடையாள் மேல அவனுக்கு ஒரு கண்ணு. அவள தொறத்திட்டே திரிஞ்சான். அவ மாப்பிள்ளைகிட்ட சொல்லிச் சொல்லி அழுவா. அவனும் ஆறுதல சொல்லுவான். பனயேற வந்தா பாதில போவ முடியாது. துரைசாமி நாடானுக்குப் பயந்து பனங்காட்டிலேயே மாப்பிள்ளக்க பின்னாடியே நடப்பா. துரைசாமி நாடான் அவளத் தனியாப் போய்

வேலை பாக்கச் சொல்லுவான். அவ போவமாட்டா. இப்படியே போய்கிட்டுருக்கச்சில, ஒருநா பிள்ளக்கி சோமில்லன்னு விடுலிலயே இருந்துட்டா. இதத் தெரிஞ்சிகிட்ட துரைசாமி நாடான் அவளுக்க விடுலில போயி, ஒவத்திரவம் பண்ணுனான். அதப் பொறுக்க முடியாம அவ கொஞ்சம் வெளிய இருங்க, பிள்ளக்கி பாலு குடுத்து ஒறங்க வச்சிட்டு கூப்புடுகேன்னு சொல்லி அவன வெளிய அனுப்புனா.

வெளிய குத்தவச்சி காத்துட்டுருந்த துரைசாமி நாடான், ரொம்ப நேரமா புள்ள சத்தம் கேக்கலயேன்னு அவளக் கூப்புட்டுருக்கான். அவ சத்தமும் கேக்கல. மாறி மாறி கூப்ட்டும் சத்தம் வரல. பொறவு விடுலியத் தொறந்து பாத்தா, கொளந்தை கழுத்தறுக்கப்பட்டு ரெத்தம் வழிய செத்துக் கெடந்துருக்கு. அதுக்கப் பக்கத்துலயே உடையாளும் தன் கழுத்தத் தானே கருக்குமட்டயால அறுத்துட்டுச் செத்துக் கெடந்துருக்கா. இதப் பாத்து அலறி அடிச்சிட்டு துரைசாமி நாடான் ஒரே ஓட்டமா ஓடிப் போயிட்டான்.

அவென் போட்ட சத்தத்தில விடுலில வந்து பாத்த பொறவுதான், உடையாளும் பிள்ளயும் செத்துப்போனது தெரிஞ்சிச்சி. அவன்தான் கொன்னுட்டான்னு எல்லா ஆம்பளைகளும் போய் சண்ட போட்டாவ. வலியவீட்டு நாடான்மாரு அவியள அடிச்சி விரட்டுனானுவ. கொஞ்ச நாளுல உடையாளுக்க மாப்பிள்ள முத்துச்சாமிக்கு மண்டைக்கு வழியில்லாம போயி தெருத்தெருவா சுத்தத் தொடங்குனான். பனயேறிமாரும் அங்கிருந்து கொஞ்சம் கொஞ்சமா கெளம்பத் தொடங்கினாவ. நா கொல்லல. அவதான் அறுத்துட்டு செத்துட்டான்னு துரைசாமி நாடான் சொன்னான்.

கொஞ்ச நாளுல வலியவீட்டில பிரச்னைகள் வரத் தொடங்கிச்சி. நெறய சாவும் விழத் தொடங்கிச்சி. அப்பதான் இதுக்கெல்லாம் உடையாள்தான் காரணம்னு மலையாள மந்திரவாதி சொல்ல, அவ செத்துப் போன எடத்திலேயே பூச வைக்கத் தொடங்குனானுவ. எசக்கிக்க ஒட்ட உருவம் வச்சி கும்பிடத் தொடங்கினதும் செவ்வா, வெள்ளி பூசை நடந்துச்சி.

எசக்கி ஓட்ட உருவம் ரெண்டு மூணு மாசத்துல தலைய மட்டும் தனியா அறுத்து எடுத்தது போல கழண்டு விழுந்துச்சி. மறுபடி புதுசா வச்சாலும் திருப்பியும் கழண்டு விழுந்துச்சி. பொறவு கல்லுல செய்ஞ்ச சிலைய வச்சி, சின்னதா கோயில் கட்டி கும்பிடத் தொடங்கினாவ. பனயேறிவளும் குடும்பத்தோடி கும்பிட்டாவ. அதுக்கப் பொறவு வலியவீட்டு வீட்டுல பிரச்னையில்லாம இருந்திச்சி.

நம்ம குடும்பமும் இங்கயே இருந்து எசக்கியா அவள கும்புடத் தொடங்கிச்சி. அப்புடித்தான் பனங்காட்டு எசக்கியும் நமக்குத் தெய்வமாச்சி. பனயேறியளுக்கு பாதுகாப்பா அவளே பனங்காட்டு எசக்கியா காவல் இருக்கா. பனயேற போவதுக்க முன்ன அவளக் கும்புட்டுட்டுதான் போவாவ. என்ன விசேசம்னாலும் அவளுக்குச் செறப்பு உண்டு. இப்ப பனயேற ஆளேயில்ல. பனயும் கொறஞ்சிப் போச்சி. ஆனா இந்த பனங்காட்டு எசக்கி மேல மக்களுக்கு இருக்குற நம்பிக்க கொறயல. ஏன்னா அவ நம்ம சாமியில்லா'

சங்கரும் அமைதியாகக் கேட்டுக்கொண்டே வந்தான். அதன்பின் இருவரும் பேசவில்லை. அவனுக்குள் பனங்காட்டு இசக்கி முழுவதும் நிரம்பி இருந்தாள். இருவரும் மார்த்தாண்ட சதுர்வேதி மங்கலம் பஸ் ஸ்டாப் வந்து சேர்ந்தனர். கொஞ்ச நேரத்தில் குமரித்துறையில் இருந்து நாகர்கோவிலுக்கு பஸ் வந்தது. இருவரும் ஏறிக்கொண்டனர், சங்கர் ஜன்னல் சீட்டில் உட்கார்ந்து வெளியே பார்த்தான். பனங்காட்டு இசக்கி அம்மன் கோயிலுக்குச் செல்லும் வழி என்கிற போர்ட் தெரிந்தது.

வாசம்

கார்த்திகை மாதம் ஒன்றாம் தேதியே பரசேரிவிளையில் பஜனை தொடங்கிவிடும். ஊர் முழுக்க கிறிஸ்தவர்கள்தான். அவர்களின் தலைமையிடம் அங்கிருக்கும் சி.எஸ்.ஐ சர்ச். ஞாயிற்றுக்கிழமையானால் மேலுக்கு முடியாத கிழங்கள் தவிர்த்து மற்ற எல்லோரும் சர்ச்சுக்கு வந்து விடுவார்கள். இன்றுவரை அவர்களுக்கு அது சர்ச் அல்ல வேதக்கோயில். சர்ச்சுக்குப் போகும்போது யாராவது எதிரே வந்தால் 'என்ன இன்னும் கோயிலுக்கு வரலயா?' என்றுதான் கேட்பார்கள்.

சர்ச் ஓட்டுக்கட்டிடம். உள்ளுக்குள் அமர்வதற்கு சிலுவை போல அதன் நீள அகலங்கள் இருக்கும். மேலிருந்து பார்த்தால் சிலுவையைப் படுக்க வைத்திருப்பது போல இருக்கும். தலைப்பகுதியில் நின்று பாஸ்டர் ஆராதனையை நடத்துவார். மைக்குகள் பனை உத்திரத்தில் கட்டி அந்தரத்தில் தொங்குவது போல கொயரில் பாடுபவர்களின் முகத்தின் முன் தொங்கும். முன்பு ஆர்மோனியப் பெட்டியில் வாசித்துக் கொண்டிருந்த ஜெபக்குமார், கீபோர்டுக்கு மாறியபின்பு ஏதோ புதுப்புது

இசையை முயற்சி செய்து பார்ப்பார். அவர்முன் இருக்கும் நாலுவரி நோட்டில் இசைக் குறிப்புகள் குறிக்கப்பட்டிருப்பதை ஏதோ அந்நிய பாஷை போல கொயரின் பின்னால் இருப்பவர்கள் பார்ப்பார்கள்.

சர்ச்சின் வெளியில் இடதுபுறம் மேடை போல அமைந்திருப்பதில் பெரிய தோசைக்கல் அளவு மணி தொங்கும். அதைக் கோயில் பிள்ளை அடிப்பார். மணிச்சத்தம் மேற்கு எல்லையில் இருக்கும் துரை கடை வரையும், வடக்கில் ஏழு கூட்டுப் பொத்தை வரையும், தெற்கில் பாறைக்குண்டு கோயில் வரையும், கிழக்கில் கேத்ரின் ஹாஸ்டல் வரையும் கேட்கும். பரசேரிவிளையில் குளம் கிடையாது. அதனால் தென்னந்தோப்பு பம்பு செட்டிலோ, வீட்டு போரிலோதான் எல்லோரும் குளிப்பார்கள். முதல் மணிச்சத்தம் கேட்கும்போதே தண்ணீரைத் தலையில் ஊற்றத் தொடங்குவார்கள். பாதிபேர் செருப்பு போட்டும், போடாமலும் சர்ச்சுக்கு ஓடுவார்கள். பெரும்பாலும் அவர்களின் கைகளில் நெளிந்து வளைந்து அட்டை இல்லாமல் இருக்கும் பைபிள்களே அதிகமாகத் தென்படும்.

பாஸ்டர் 8.45 மணிக்கு மேடையில் ஏறி பிரசங்கம் செய்யத் தொடங்குவார். முடிவதற்கு, எப்படியும் 9.30 ஆகிவிடும். பாஸ்டர் செல்வராஜின் குரல் சர்ச்சுக்கு உள்ளிருந்து கேட்பதைவிட வெளியில் நிற்கும் வேப்பமரத்தில் கட்டியிருக்கும் கூம்பு வடிவ ஸ்பீக்கரில் கேட்கும்போது இனிமையாக இருக்கும். அவர் பாடினாலும் சரி, பிரசங்கம் பண்ணினாலும் சரி. அப்படி ஒரு காந்தக் குரல்.

முதல்மணிச் சத்தம் கேட்கும் முன்பே, பரசேரிவிளை ஊரிலிருந்து வாரணவாசி போகும் சாலையின் முக்கால் கிலோ மீட்டர் தள்ளி இருக்கும், கேத்ரின் ஹாஸ்டலில் ஞாயிற்றுக்கிழமை காலையில் மட்டும் கொடுக்கும் உப்புமாவைத் தின்று, கடுங்காப்பியையும் தரை ஓடுகள் பதித்த அறையில் மாணவர்களோடு வரிசையாக அமர்ந்து குடித்துவிட்டு, சர்ச் நோக்கி ரமேஷ் நடந்து கொண்டிருப்பான்.

ரோட்டின் இருகரையிலும் மழைநீர் போக கால்வாய் இருக்கும். நீர்வற்றியபின் கால்வாய் மணல் பட்டுப்போல் மிருதுவாக இருக்கும். ஒரு கை அள்ளி, கீழே போட்டால், கை முழுக்க மணல் ஒட்டிக் கொள்ளும். அதில் நடந்தால் பாதம் பதியும். ரமேஷ் சர்ச்சுக்குப் போகும்போது அதில் நடப்பதில்லை. மழை பெய்து முடிந்து மண் வறண்டதும், பள்ளி விட்டு வரும்போது செருப்பைக் கையில் கழற்றி எடுத்துக்கொண்டு பாறைக்குண்டு கோயில் திருப்பிலிருந்து கால்வாயிலே நடப்பான்.

காலை எட்டு மணிக்கு வாரணவாசி போகும் 1VA பஸ், பரசேரிவிளை சர்ச் தாண்டி பாறைக்குண்டு கோயிலுக்குப் போகும் ரோட்டில் போய் இடதுபக்கம் இருக்கும் கிரவுண்ட் போன்ற இடத்தில் வளைந்து, மறுபடி திரும்பி சர்ச் பாதைக்கு வந்து துரை கடை வழியாக பூசப்புரதட்டு போகும். பஸ் திரும்பும்போது ரமேஷும் அந்த இடத்திற்கு வந்து விடுவான். பஸ்சை ஞாயிற்றுக்கிழமை மட்டும் நேருக்குநேர் சந்திப்பான். அப்போதெல்லாம், நாகர்கோவிலில் இருக்கும் பாட்டி வீட்டுக்குப் போவது ஞாபகம் வரும். அந்த பஸ்சில்தான் அவன் காலாண்டு லீவிற்கும், அரையாண்டு லீவிற்கும், முழுவாண்டு லீவுக்கும் போவான். இரண்டாம் வகுப்பு படிக்கும் போதிருந்தே தனியாகத்தான் போவான். அவனைக் கூட்டிக்கொண்டு போக யாரும் வரமாட்டார்கள்.

ஒன்றாம் வகுப்பில் அவனைச் சேர்க்க கேத்ரின் ஹாஸ்டலுக்கு அம்மா கூட்டி வந்தாள். ரமேஷின் அப்பா விபத்தில் இறந்து போய்விட்டார். அதனால் அவனை ஹாஸ்டலில் விட்டுவிட்டு எங்காவது போய் தங்கி வேலை செய்கிறேன் என்று சொல்லித்தான் ஹாஸ்டாலில் சேர்த்தாள். முதலில் அவன் ‘நா ஹாஸ்டலுக்கு போமாட்டேன் போமாட்டேன்’ என்று அழுதான். அவனை சம்மதிக்க வைக்க முடியவில்லை. அவனுக்கு மூணு பீஸ் கேக் வாங்கித் தருவேன் என்று சொன்னதும் சம்மதித்தான். ஹாஸ்டல் எப்படி இருக்கும்? அங்கு என்ன செய்வார்கள்? என்றெல்லாம் அவனுக்குத் தெரியாது. தன்னை வீட்டிலிருந்து எங்கோ கொண்டுவிடப் போகிறார்கள் என்பது மட்டும் புரிந்திருந்தது.

பெஸ்ட் பேக்கரியில் இருந்து மூன்று பீஸ் கேக்கை வாங்கிப் பொதிந்து, அவன் துணிகளை வைத்திருக்கும் பிக் ஷாப்பர் பையில் அம்மா வைத்துக் கொண்டாள். நாகர்கோவிலில் இருந்து 1VA பஸ்சில் ஏறி பரசேரிவிளைக்கு போகும்போது ரமேஷ் கேக்கை திங்கக் கேட்டான். அம்மா கொடுக்கவில்லை. அப்போதும் அவன் சும்மா இருக்காமல் கேக் பார்சலைக் கையில் வைத்து மணத்திக் கொண்டே இருந்தான். பஸ் மேடுபள்ளத்தில் ஏறி இறங்கும்போதும் கேக்கின் கிரீம், அதைப் பொதிந்த சின்ன கேக் பாக்சின் மேல்தட்டில் ஒட்டியது.

சில கல்யாண வீடுகளில் டீ பார்ட்டியில் வைக்கும் கப் கேக்கையும், பேப்பர் கேக்கையும், ஸ்டார் கேக்கையும்விட இதன் மணம் ரமேஷுக்கு ரொம்பவே பிடித்திருந்தது. அம்மாவின் இடது கையைத் தன் வலது கையோடு சேர்த்துப் பிடித்து இடது கையில் கேக் பார்சலை வைத்திருந்தான். பஸ்சில் இருந்த மனிதர்களைவிட, பஸ்சுக்கு வெளியே தெரிந்ததை விட அவனுக்கு கேக் பார்சலே ரசிக்க வைத்தது.

பஸ், பரசேரிவிளை சர்ச் தாண்டி இருக்கும் வளைவில் நின்றது. அம்மாவும், ரமேஷும் இறங்கினார்கள். அதே பஸ்சில் இருந்து ஏசுவடியானும் இறங்கினார். அவருக்கு அறுபது வயதிருக்கும். அவர்தான் ஹாஸ்டலுக்குத் தேவையான பணத்தைக் கொண்டுவந்து கொடுத்துவிட்டு, செலவு பில்களையும், வவுச்சர்களையும் வாங்கிக் கொண்டு ஓனரிடம் கொடுப்பார். வெயிலோ, மழையோ எப்போதும் குடை பிடித்திருப்பார். குடைக்குக் கீழிருந்து பார்க்கும்போது கிழிந்த கறுப்புத் துணியில் ஊசி வைத்துத் தைத்தது தெரியும். வெள்ளை வேஷ்டி, வெள்ளை சட்டைதான் போட்டிருப்பார். பெரும்பாலும் இரண்டுமே அழுக்காகத்தான் இருக்கும். முன்பற்களில் மஞ்சள்கறை படிந்துள்ளது தெரியும். பக்கத்தில் நின்று பேசினால் வாய் நாற்றம் அடிக்கும்.

ஹாஸ்டல் ஓனரின் வீட்டில் வெள்ளிக்கிழமை சாயங்காலம் ஜெபம் நடக்கும். அங்குதான் ஏசுவடியானும் அறிமுகமானார். ரமேஷின் அம்மாவைப் பார்த்த அவர் ‘இதா ஒங்க பையன்?’ என்று கேட்டார்.

‘ஆமா’ என்று சொல்லிவிட்டு ‘சாரைப் பார்த்து வணக்கம் சொல்லு’ என்று சொன்னாள்.

ரமேஷும் ‘வணக்கம் சார்’ என்று சொன்னான்.

‘நல்லா படிக்கணும், நல்ல பேரு எடுக்கணும். ஒன்னப் பத்தி நல்லதாதான் நான் கேட்கணும்’ என்று அறிவுரைகளை ரமேஷுக்கு சொல்லியபடியே அம்மா நடந்தாள். அவனின் கவனம் கேக் பார்சலின் மேல் இருந்தது. அதன்பின் ஏசுவடியானுக்கும், அம்மாவுக்கும் நடந்த உரையாடல் எதுவும் அவன் காதில் விழவில்லை. கேத்ரின் ஹாஸ்டலின் கேட்டைத் திறந்து ரோஸ் வெள்ளையில் பூத்திருந்த தாள்பூ மரத்தைத் தாண்டி இருக்கும் அறையின் வாசலுக்குப் போனார்கள்.

வரிசையாக ‘வணக்கம் சார்’, ‘சார் வணக்கம்’, ‘வணக்கம் சார்’ என ஒவ்வொருவராக வணக்கம் சொன்னார்கள். ஆணும், பெண்ணும் சேர்த்து பதிமூன்று மாணவர்கள். அதில் இருந்ததில் பெரிய பெண் சுசீலா. அவள் வள்ளுவர் கல்லூரியில் படித்துக் கொண்டிருந்தாள். அவளிடம் அம்மா, ரமேஷை ஒப்படைத்தாள். அப்போது அங்கு வார்டன் இல்லை. சமையலுக்கு நின்ற தங்கலெட்சுமி பாட்டிதான் வார்டன். பெரிய ஹாலின் இடதுபுற மூலையில் இருந்த பெரிய கபோர்டில் ரமேஷின் துணிப்பையை சுசீலா வைத்தாள்.

வேற்றுகிரகத்துக்கு வந்ததுபோல ரமேஷ் உணர்ந்தான். எல்லோரிடமும் பேசிவிட்டு ஏசுவடியான் கிளம்பத் தயாரானார். ரமேஷின் அம்மா ‘எம்புள்ளைய ஒம்புள்ள மாதிரி பாத்துக்கம்மா. அவெென் அழுதாலும் எடுத்தாலும் சமாதானப்படுத்திரு. நல்லாப் பாத்துக்கோ’ என்று சுசீலாவிடம் சொன்னாள்.

தங்கலெட்சுமியிடமும் சொல்லிவிட்டுக் கிளம்பப் போகும்போது, கேக் பார்சலைத் திறந்து ஒரு பீஸ் கேக்கை எடுத்து ரமேஷிடம் கொடுத்தாள். கேக்கின் வாசம் பரவத் தொடங்கியது. கேக்கின் மேல் இருந்த ஜாம் குமிழ்,

கேக்பாக்சின் உள்மேல்புறம் ஒட்டி இருந்தது. அதை நுனி நாக்கால் அவன் நக்கி எடுத்தான்.

சுசீலா, ரமேஷை கேட்வரை கூட்டிக்கொண்டு போனாள். ஏசுவடியானும், அம்மாவும் பரசேரிவிளை ரோட்டில் நடந்தார்கள். இரண்டுமுறை அவன் இடதுகையை அசைத்து அம்மாவுக்கு டாட்டா காட்டினான். வலது கையில் கேக் இருந்தது. கேக் தின்று முடிந்த பின்னும் கையில் கேக்கின் மணம் போகவில்லை.

ராத்திரியில் சுசீலா, ரமேஷைத் தன்னருகே பாயில் படுக்க வைத்தாள். காலையில் சுசீலாவும், தங்கலெட்சுமியும் பரசேரிவிளை பள்ளிக்கூடத்தில் ரமேஷைச் சேர்த்தார்கள். பள்ளிக்கூடம் சர்ச்சைத் தாண்டித்தான் இருக்கிறது. அன்று சாயங்காலம் அடுத்த கேக்கை ரமேஷ் திங்கும்போது அதில் கொஞ்சத்தை சுசீலாவுக்குக் கொடுக்க நீட்டினான். சுசீலாவும் அதை கையில் வாங்காமல் வாயில் வாங்கிக் கொண்டாள். தன் குழந்தையைப் போல ரமேஷைப் பார்த்துக் கொண்டாள். துணிகளைத் துவைத்துக் கொடுத்தாள், பாடம் சொல்லிக் கொடுத்தாள்.

ரமேஷுக்குக் கொஞ்சம் கொஞ்சமாக வீட்டு நினைவு மறந்துகொண்டே இருந்தது. தினமும் காலையில் ஹாஸ்டலில் கொடுக்கும் பயிறு கஞ்சியில் கல் பொறுக்கி ஒதுக்கி வைப்பதுவரை வளர்ந்து விட்டான். ஞாயிற்றுக்கிழமை சர்ச்சுக்குப் போகும்போது பஸ்சைப் பார்ப்பான். அம்மா வருகிறாளா? என்று தேடுவான்.

சர்ச்சுக்குள் ஞானப்பாட்டு பாடும்போதும் சரி, கீர்த்தனைகள் பாடும்போதும் சரி, ரமேஷின் கவனம் சர்ச்சின் கூரை ஓட்டுகளின் இடையே இருக்கும் புறாக்களின்மேல் இருக்கும். 'ஜெபம் செய்வோம்! எங்கள் நல்ல பிதாவே, இந்த ஓய்வுநாள் காலை வேளையில் உம் திருச்சபையில் உம்மை ஆராதிக்க, மகிமைப்படுத்தக் கூடியுள்ளோம்' என்று பாஸ்டர் செல்வராஜ் ஜெபிக்கும்போது கண்களைத் திறந்து, ரமேஷ்,

புறாக்களைப் பார்த்துக் கொண்டிருப்பான். புறாக்களின் உறுமல் போன்ற சத்தம் சர்ச் கொயர் கீபோர்டிலிருந்து வரும் இசையைவிட நன்றாகவே இருக்கும்.

அவன் பின்னால் இருந்து நீண்டு வரும் கை 'டொக்' என, தலையைக் கொட்டும். தலையைத் தடவிக்கொண்டே திரும்பிப் பார்ப்பான். 'கண்ண மூடுல' என்று கண்ணைச் சிமிட்டிக்கொண்டே வாலிபப் பையனோ அல்லது திருமணமானவனோ சொல்வான். ரமேஷின் ஊரில் இருக்கும் சுடலைமாடன் கோயிலிலும், முத்தாரம்மன் கோயிலிலும் சாமி கும்பிடும்போது கண்ணை மூடியும், மூடாமலும் கும்பிடுவான். அப்படித்தான் அந்தக் கோயிலில் எல்லோரும் 'ஏ சுடலை மாடா! ஒங்கிட்டதான கேட்டேன். செஞ்சு குடுக்கக் கூடாதா? முத்தாரம்மா ஒனக்குக் கண் இருக்கா? எங்கள ஏன் இப்புடிப் போட்டு சோதிக்க?' என்று கும்பிடுவார்கள். ஆனால் சர்ச்சில் அப்படி அல்ல. ஒழுக்கம், அமைதி, வரைமுறைக்கு உட்பட்டுதான் வேண்டுதலும், ஜெபமும் நடக்கும்.

ஹாஸ்டலில் காலையும் இரவும் ஜெபம் நடக்கும். வளைந்து நெளிந்த பைபிளில் சங்கீத அதிகாரத்தை சுசீலா வாசிப்பாள். அதன்பின் 'அழகாய் நிற்கும் யார் இவர்கள்? திரளாய் நிற்கும் யார் இவர்கள்? சேனைத் தலைவராம் ஏசுவின் போர்க்களத்தில் அழகாய் நிற்கும் யார் இவர்கள்?' பாடலோ அல்லது 'இன்ப யேசு ராஜாவை நான் பார்த்தால் போதும், மறுமையில் அவரோடு நான் வாழ்ந்தால் போதும்' பாடலோதான் எல்லாரும் சேர்ந்து பாடுவார்கள்.

'பரமண்டலங்களில் இருக்கிற எங்கள் பிதாவே' என்கிற பரமண்டல ஜெபத்தைச் சொல்லும்போது எல்லாரோடும் சேர்ந்து ரமேஷும் சொல்லுவான். பரமண்டல ஜெபத்தையும் ஓரளவு மனப்பாடமாக்கிக் கொண்டான். ஞாயிற்றுக்கிழமை ஆராதனை முடிந்து வந்ததும், ஹாஸ்டலுக்கு வந்திருக்கும் ஏசுவடியான் முன், வரிசையாக மாணவர்கள் அமர்வார்கள். கொஞ்சம் பெரிய மாணவர்கள் பாஸ்டர் பிரசங்கம் செய்த

வசனத்தை மனனமாகச் சொல்ல வேண்டும். ரமேஷ் ஏதாவது ஒரு வசனம் சொன்னால் போதும்.

மாதத்துக்கு ஒருமுறை ஹாஸ்டல் ஓனர் வருவார். அவரின் கார் கேட்டின் முன்வந்து நிற்கும் முன்பே எல்லோரும் கேட்டின் முன் நின்று 'சார் வணக்கம், சார் வணக்கம்' என்று சொல்வார்கள். உள்ளே வந்ததும் அவர்முன் பைபிளோடு உட்காருவார்கள். அப்போதும் வசனம் சொல்ல வேண்டும். ஓனரோடு அவர் மனைவியோ அல்லது அவரின் நண்பர்களோ வருவார்கள்.

ஓனர் கொண்டு வந்திருக்கும் மேரி கோல்ட் பிஸ்கட் பாக்கெட்டைப் பிரித்து ஆளுக்கு ஐந்து பிஸ்கட்டுகளைக் கொடுப்பார். அதன்பின், லட்டோ, ஜிலேபியோ கொடுப்பார். அடுத்து கடலை மிட்டாய். கடைசியாக பேப்பர் கேக் அல்லது கிரீம் கேக் துண்டுகளைக் கொடுப்பார். எல்லோரும் எழுந்துபோய் வாங்க வேண்டும். கடைசியில் ஓனர் ஜெபம் செய்து முடிந்தபின் பண்டங்களைத் திங்க வேண்டும். ரமேஷ் கண்ணைத் திறந்து தட்டில் இருக்கும் கேக்கைப் பார்ப்பான். அவன் ஹாஸ்டலுக்கு வரும்போது அம்மா வாங்கிக் கொடுத்த கேக்கின் வாசம் அதில் இல்லை. அவன் எல்லோரைவிடச் சின்னவன் என்பதால், கூட ரெண்டு பிஸ்கெட்டுகளை ஓனர் கொடுப்பார்.

காலாண்டுத் தேர்வு நடந்து கொண்டிருக்கும் போதே சுசீலா, ரமேஷின் வீட்டு முகவரிக்கு போஸ்ட் கார்ட்டில், லீவுக்கு வந்து அவனைக் கூட்டிக் கொண்டு போகும்படி எழுதினாள். தேர்வும் முடிந்து லீவு விட்ட பின்னும் ரமேஷின் அம்மா வரவில்லை. சுசீலாவின் அப்பா, அவளின் சின்ன வயதில் இறந்துவிட்டார். அவளின் அம்மா இரண்டு மூன்று வீடுகளில் வேலை செய்து அங்கேயே தங்கி விடுவாள். எப்போதாவது பார்க்க வருவாள். வீடு என்று சுசீலாவுக்கு இல்லை. அதனால் அவளும் ஹாஸ்டலிலேயே நின்றாள். அவளோடு ரமேஷும், தங்கலெட்சுமியும் இருந்தார்கள். லீவில் நிறைய பைபிள் கதைகளை ரமேஷுக்கு, சுசீலா

சொல்லிக் கொடுத்தாள். நீலக்கலர் அட்டை போட்ட புதிய ஏற்பாட்டைக் கொடுத்து, கொஞ்சம் கொஞ்சமாக வாசிக்கச் சொன்னாள்.

அரையாண்டுப் பரீட்சை தொடங்கும்முன் 'டிசம்பர் 23ம் தேதி ரமேஷை வந்து கூட்டிட்டு போங்கள்' என்று சுசீலா போஸ்ட் கார்ட்டை ரமேஷ் வீட்டிற்கு அனுப்பினாள். கிறிஸ்மசுக்கு ஒருவாரம் முன்பு ஹாஸ்டல் ஓனர் வந்து புது ட்ரெஸ்சும், தின்பண்டங்களும் எல்லோருக்கும் கொடுத்தார். டிசம்பர் இருபத்தி மூன்றாம் தேதி ரமேஷின் அம்மா வரவில்லை. அவனின் பெரியம்மா வந்து கூட்டிக்கொண்டு போனாள். பஸ்சில் பரசேரிவிளையில் இருந்து நாகர்கோவில்வரை உள்ள வீடுகளிலும், கடைகளிலும் தொங்கிய ஸ்டார்களை எண்ணிக்கொண்டே போனான்.

வீட்டில் அம்மா இல்லை, தங்குவேலைக்குப் போயிருப்பதாக பெரியம்மா சொன்னாள். பாட்டி வீட்டில் ரமேஷ் நின்றான். அம்மாவை அதிகமாகத் தேடினான். லீவு முடிந்ததும் பெரியம்மா நாகர்கோவில் பஸ் ஸ்டாண்டில் இருந்து 1VA பஸ்சில் ரமேஷை ஏற்றிவிட்டு கண்டக்டரிடம் பரசேரிவிளையில் இறக்கி விடுமாறு சொன்னாள். பெரியம்மா வாங்கிக் கொடுத்த பிஸ்கெட்டைக் கையில் பொத்தி வைத்துக்கொண்டெ வெளியே பார்த்துக் கொண்டிருந்தான். அப்போது கிறிஸ்மஸுக்கு ஹாஸ்டல் ஓனர் வாங்கிக் கொடுத்த கொஞ்சம் பெரிய சட்டையும், நிக்கரும் போட்டிருந்தான். அதுபோல முழுவாண்டு லீவுக்கும் ரமேஷின் பெரியம்மா வந்து கூட்டிக்கொண்டு போனாள். அப்போதுதான் அவன் அம்மா தூக்குப் போட்டுச் செத்துப் போனது, குண்டுபுஷ்பம் பாட்டி சொல்லித் தெரிந்தது. அதன்பின் அவனுக்கு உறங்கும்போது பெட்ஷீட் அம்மாவின் சேலைதான். அதன் வாசத்திலே உறங்கி விடுவான்.

பள்ளிக்கூடம் திறக்கும் போதும் முன்பு போலவே ரமேஷின் பெரியம்மா பஸ் ஏற்றிவிட்டாள். அம்மாவின் இரண்டு சேலையையும் கொண்டு போனான். ஹாஸ்டலுக்குப் போனபின் அவனின் உலகம்

இருண்டு இருந்தது. சுசீலா காதலித்த பையனோடு ஓடிப்போய் கல்யாணம் செய்து கொண்டாள் என்று தங்கலெட்சுமி சொன்னாள். அடக்க முடியாத அழுகை. தேம்பித் தேம்பி அழுதான். இனி அவனுக்கு என்று இருந்த சுசீலா அக்காவும் இல்லை. துணியை அவனே துவைக்க வேண்டும், தனியாக உறங்க வேண்டும், வெறுமை அவனைச் சூழ்ந்து கொண்டது.

வாரம்தோறும் ஒரு சங்கீத அதிகாரத்தை மனனம் செய்து ஒப்புவித்து விடுவதால் ஏசுவடியான் அவனுக்குப் பெரிய பைபிளைப் புதிதாக வாங்கிக் கொடுத்தார். பைபிளின் எல்லா அதிகாரங்களும், ரமேஷுக்கு மனனம் ஆகிவிட்டது. பாஸ்டர் பிரசங்கத்தில் என்ன அதிகாரம் சொன்னாலும் உடனே பைபிளில் எடுத்து விடுவான். ஜெப வேளையில் கண்களைத் திறந்து வேடிக்கை பார்ப்பதில்லை. பிரசங்க வசனத்தை, பரசேரிவிளை பஸ் திரும்பும் இடத்துக்குப் பக்கத்தில் இருக்கும் திண்டில் உட்கார்ந்து ஹாஸ்டல் மாணவர்கள் மனனம் செய்வார்கள். அந்த சிரமம் அவனுக்கு இல்லை. மூன்று தடவை வாசித்தாலே மனனமாகி விடும்.

இயேசுவும் ரமேஷின் சாமியாகி விட்டார். சுடலைமாடன் பற்றியும், முத்தாரம்மன் பற்றியும் அவன் நினைப்பதில்லை, நினைப்பும் வருவதில்லை. சர்ச்சில் காணிக்கை போடும்போது மட்டும் இயேசுவுக்கு அந்நியமானது போல விலகி நிற்பான். காணிக்கை போட பைசா கிடையாது. மற்றபடி இயேசு அவனுக்குக் கடவுள்.

ஐப்பசி மாதம் முடியும் முன்பே சர்ச்சில் பாஸ்டர், 'கார்த்திகை ஒன்றாம் தேதியில் இருந்து பஜனை உண்டு. விருப்பமுள்ளவர்கள் கலந்து கொள்ளவும்' என்று அறிவித்தார். கார்த்திகை மாதம் ஒன்றாம் தேதி சாயங்காலமே பனி இறங்கியிருக்க, குளிர்ந்த காற்றும் வீசியது. சர்ச்சிலிருந்து ஏழு மணிக்கு பஜனை கிளம்பியதும் அடிக்கும் டிரம்ஸ் சத்தம், ஹாஸ்டல் வரை கேட்டது. முதல்நாள் எட்டுக்கூட்டு பொத்தை யோவான் வாத்தியார் வீட்டில் காப்பி கொடுப்பார்கள். பெரும்பாலும் யோவான் வாத்தியார் வீட்டில் இட்லியும், சிக்கனும் அல்லது பிரட்டும், சிக்கனும் இருக்கும்.

புலிக்குத்தி

அதற்காகவே முதல்நாள் பஜனைக்கு ஆட்கள் வருவது அதிகமாக இருக்கும். யோவான் வாத்தியார் வீட்டில் கடைசியாக பஜனையை முடித்துவிட்டு ஹாஸ்டல் ரோடு வழியாக வந்து பரசேரிவிளை சர்ச்சுக்குப் போய்ச் சேர்வார்கள். பரசேரிவிளை மக்கள் இன்று யார் வீட்டில் பஜனை காப்பி என்று முன்பே கேட்டுத் தெரிந்து வைத்திருப்பார்கள். கொஞ்சம் வசதியான, ஓய்வுபெற்ற வாத்தியார்கள், பேங்க் ஆபிசர்கள் வீடு என்றால் நல்ல சிற்றுண்டி இருக்கும்.

கார்த்திகை மாதம் முடிந்ததும் பஜனை நடக்காது. கிறிஸ்மஸ் மார்கழி மாதம் வரும். அதனால் டிசம்பர் பத்தொன்பதாம் தேதிவரை களியல் பயிற்சி இளைஞர்களுக்கு நடக்கும். களியல் கம்பு, நல்ல உடைமரத்தில் நேரான கொப்பை வெட்டி, தோலுரித்து, அரிவாள் வைத்து சீவி, அதில் இருக்கும் பசை போன்ற அரக்கு போகும்வரை துடைத்து, முக்கால் அடி நீளத்துக்கு இரண்டு துண்டு வெட்டுவார்கள்.

துரை கடைக்குப் போகும் வழியில் உள்ள சர்ச் கிரவுண்ட்டில் வைத்து களியல் பயிற்சி நடக்கும். பெண்கள் சர்ச்சில் வைத்து கிறிஸ்மஸ் பாடல் பயிற்சி செய்வார்கள். இருபதாம் தேதி முதல் இருபத்திரெண்டாம் தேதி வரை கிறிஸ்மஸ் தாத்தாவோடு லாரியில் களியல் டீம் இளைஞர்களும், கிறிஸ்மஸ் பாடல் பயிற்சி எடுத்த பெண்களும் கேரல்லாகப் போவார்கள். அப்போது பள்ளி மாணவர்களுக்கு அரையாண்டுப் பரீட்சை நடந்து கொண்டிருப்பதால், கல்லூரி மாணவர்களும், படிப்பைப் பாதியில் விட்ட மாணவர்களும் களியல் ஆட்டத்திற்குப் போவார்கள்.

வெளியூரில் இருக்கும் பரசேரிவிளை ஊர்க்காரர்கள் வீடுகளுக்கும், அதன் பக்கத்தில் உள்ள வீடுகளுக்கும் கேரல் போகும்போது, வீட்டின்முன் களியல் ஆட்டம் ஆடுவார்கள். பெண்கள் கும்மியடிப்பது போல வட்டமாகச் சுற்றிவந்து சுழன்றுசுழன்று அடிப்பார்கள். பல நேரம், வேறு ஊர் கேரல் டீமுக்கும், பரசேரிவிளை கேரல் டீமுக்கும் களியல் போட்டியே நடக்கும். கடைசியில் ஜெயிப்பது பரசேரிவிளை கேரல் டீம்தான். இருபத்தி மூன்றாம் தேதி பரசேரிவிளையை கேரல் சுற்றி வரும்.

ராம் தங்கம்

இருபத்தி மூன்றாம் தேதி ஹாஸ்டலில் எல்லா மாணவர்களும் ஊருக்கு அவரவர் அம்மா அல்லது அப்பாவோடு போய்க் கொண்டிருந்தார்கள். ரமேஷைக் கூட்டிக்கொண்டுபோக பெரியம்மா வருவாள் எனக் காத்திருந்தான். சாயங்காலம் ஐந்துமணி வரை யாரும் வரவில்லை. தங்கலெட்சுமியையும், ரமேஷையும் தவிர ஹாஸ்டலில் வேறு யாருமில்லை.

ஐந்து மணிக்கு, ஐந்து ரூபாய் நாணயத்தைக் கொடுத்து, வாரணவாசியில் இருந்து ரமேஷை நாகர்கோவிலுக்கு பஸ் ஏறிப் போகச் சொல்லி தங்கலெட்சுமி அனுப்பினாள். சோகமாக இருந்த அவன், எடுத்து வைத்திருந்த துணிப்பையோடு, ஐந்து ரூபாயை வாங்கி நிக்கர் பாக்கெட்டில் போட்டுக்கொண்டு வாரணவாசி பஸ் ஸ்டாண்ட் நோக்கி ஓட்டமும் நடையுமாகப் போனான்.

பஸ் ஸ்டாண்ட், ஹாஸ்டலில் இருந்து ரெண்டு கிலோமீட்டர் தள்ளி இருக்கிறது. அவன் பஸ் ஸ்டாண்ட் வந்து சேர்ந்ததும் அங்கே நின்ற ஒரு பஸ்சில் ஏறி உட்கார்ந்தான். கொஞ்ச நேரத்தில் பஸ் கிளம்பியது. கண்டக்டர் டிக்கெட் எடுக்கச் சொன்னார். 'நாகர்கோவில்' என்று சொல்லிக்கொண்டே பாக்கெட்டில் கையை விட்டான். ஐந்து ரூபாயைக் காணவில்லை. நிக்கர் பாக்கெட் ஓட்டையாக இருந்தது. கீழே விழுந்திருக்கிறதா எனத் தேடினான்.

'ருவாயக் காணலண்ணே' என்று கண்டக்டரிடம் சொல்லும்போது ரமேஷுக்கு அழுகை முட்டிவிட்டது. பஸ் ஸ்டாண்டுக்குள் இருந்து பஸ்சும் வெளியே வந்திருந்தது. கண்டக்டர் விசில் அடித்து பஸ்சை நிறுத்தினார். ரமேஷ் அழுதுகொண்டே நின்றான். மெதுவாகக் கையைப் பிடித்து அவன் பையோடு பஸ்சில் இருந்து கீழே இறக்கி விட்டார். மறுபடி கண்டக்டர் விசில் அடித்ததும் பஸ் கிளம்பியது. பஸ் மறையும்வரை பார்த்துக்கொண்டே நின்றான்.

அங்கிருந்து பஸ் ஸ்டாண்ட் வரைக்கும் போய் கீழே ஐந்து ரூபாய் நாணயம் கிடக்கிறதா என்று தேடினான். சுற்றிச்சுற்றி வந்து தேடியும் காணவில்லை. அழுகையை நிறுத்தி கண்ணீரைத் துடைத்துக்கொண்டு நிமிர்ந்து பார்த்தான். பஸ் ஸ்டாண்டில் ஆறேழுபேர் நின்று கொண்டிருந்தார்கள். அவர்களிடம் வயதான பிச்சைக்காரர் ஒருவர் பிச்சை எடுத்துக் கொண்டிருந்தார். யாரும் அவருக்குப் பிச்சை போடவில்லை.

அதைப் பார்த்துக் கொண்டிருந்த ரமேஷும், பஸ் ஸ்டாண்டில் நிற்பவர்களிடம் பிச்சை எடுப்பது போலக் கையை நீட்டினான். அப்போது அங்கு நின்ற இன்னொரு நாகர்கோவில் பஸ்சும் கிளம்பியது. எல்லோரிடமும் கை நீட்டினான். யாரும் எதுவும் கொடுக்கவில்லை. கடைசியாக ஒருவனிடம் கை நீட்டும்போது, அவன் பாக்கெட்டுக்குள் கை விட்டு பீடியையும், தீப்பெட்டியையும் எடுத்து பற்ற வைத்துப் புகைக்கத் தொடங்கினான்.

வேறுவழி இல்லாமல் ரமேஷ் ஹாஸ்டல் நோக்கி நடக்கத் தொடங்கினான். அழுகையும் தொடர்ந்தது. அவன் ரோட்டையே உற்றுப் பார்த்து ஐந்து ரூபாய் நாணயத்தைத் தேடிக் கொண்டே நடந்தான். சூரியன் கொஞ்சமாக மறைந்து கொண்டிருந்தது. ஹாஸ்டலின் கேட்டை ஓங்கி ரெண்டு தட்டு தட்டிவிட்டு, கேட் இடுக்கோடு கைவிட்டு உள்ளே கொளுத்துப் போட்டிருந்த கம்பியை எடுத்தான். கேட் திறந்தது.

ஹாஸ்டல் வாசலில் வந்து பார்த்த தங்கலெட்சுமி ‘ஏ ரமேசே, என்னாச்சிடே ஊருக்குப் போவலியா?’ என்று கேட்டாள்.

‘ருவா கழஞ்சிட்டு பாட்டி. அதான் வந்துட்டேன்’ என்று சொல்லிக் கொண்டு கையில் இருந்த பையைக் கீழே வைத்து கேட் கம்பியைக் கொளுத்துப் போட்டு விட்டு, திரும்பிப் பையை எடுக்கும்போது அதனருகே ஐந்து ரூபாய் நாணயம் கிடந்தது. புதையல் கிடைத்தது போல மகிழ்ச்சியில் அதை எடுத்து கையில் பொத்தி வைத்துக்கொண்டு

பையோடு தங்கலெட்சுமியை நோக்கி ஓடி, அழுகை நிறுத்தி, நடந்ததைச் சொன்னான்.

'இனி இப்ப போவண்டாம். இருட்டிருச்சி, அதனால காலையில போ' என்று சொன்னாள்.

இரவு சாப்பிட்டுவிட்டு பத்து மணிக்கு உறங்கப் படுத்திருக்கும்போது தூரத்தில் கேரல் டிரம்ஸ் சத்தம் கேட்டது. யோவான் வாத்தியார் வீட்டில் கேரல் முடித்துவிட்டு பரசேரிவிளை கேரல் குழு வந்து கொண்டிருந்தது. கூட்டத்தின் முன் கிறிஸ்மஸ் தாத்தா ஆடிக்கொண்டு வந்தார். ரமேஷ், தங்கலெட்சுமியை எழுப்பி கேட்டின் அருகே நின்று கேரலைப் பார்த்துக் கொண்டிருந்தான். கேரல் நெருங்கி வந்தது. கிறிஸ்மஸ் தாத்தா அவனுக்குக் கை குலுக்கினார். மாறிமாறி கிறிஸ்மஸ் வாழ்த்துகளைச் சொன்னார்கள். கிறிஸ்மஸ் பாடலை கேரல் டீம் பாடியது.

கிறிஸ்மஸ் தாத்தா ரமேஷின் கையைப் பிடித்து ஆடினார். பாஸ்டர் ஜெபம் செய்தபின் வாழ்த்துப் பாடலைப் பாடினார்கள். அப்போது கிறிஸ்மஸ் தாத்தா தன் பையில் கையை விட்டு சிறிய பார்சலை எடுத்து ரமேஷிடம் நீட்டினார். அதை வாங்கிக்கொண்டு டாட்டா சொன்னான். கேரலும் அவர்களைக் கடந்துப் போகத் தொடங்கியது.

கிறிஸ்மஸ் தாத்தா கொடுத்ததைப் பிரித்துப் பார்த்தான். அதில் ஒரு கேக் துண்டு தெரிந்தது. அது, அவனை ஹாஸ்டலில் விட வரும்போது அம்மா வாங்கிக் கொடுத்த கேக் போலத் தெரிந்தது. கேக் துண்டின்மேல் இருந்த கிரீம் அழிந்திருந்தது. கேக்கை மணத்திப் பார்த்தான். அவன் அம்மா வாங்கிக் கொடுத்த அதே கேக்கின் மணமும், கூடவே அம்மாவின் வாசமும் வீசியது.

கம்யூனிஸ்ட்

'தாத்தா, ஒடம்பு சரியில்லாத இருந்த கொச்சுமணி எம்எல்ஏ மரிச்சிட்டாராம். பேப்பருல நியூஸ் வந்துருக்கு' என்று சொல்லி செய்தித்தாளைக் காண்பித்தான் நிருபன். கட்டிலில் படுத்துக் கிடந்த தங்கசாமி எழும்பி உட்கார்ந்து வாங்கிப் பார்த்தார். நரைத்த தலை, தாடியோடிருந்த கொச்சுமணியின் பாஸ்போர்ட் சைஸ் போட்டோவைச் சுற்றி செய்தி எழுதப்பட்டிருந்தது. எப்போதும் சிவந்திருக்கும் அவரது கண்கள் போட்டோவில் கொஞ்சம் மங்கலாகவே தெரிந்தது.

செய்தியை முழுவதும் வாசித்ததும், கீழுதட்டை மேலாக குவித்து, மூன்றாவது பக்கத்தையும், இரண்டாவது பக்கத்தையும் ஏற இறங்கப் பார்த்தபின் பெருமூச்சு விட்டார். மெதுவாக இரண்டு கையையும், கட்டிலில் ஊனி எழும்பி சாரத்தை இடுப்பில் ஒருமுறை இறுக்கி கட்டிக்கொண்டு, தலையணையின் அருகிலிருந்த துண்டை எடுத்து முகத்தைத் துடைத்தார். அவரின் உடல் கொஞ்சம் தளர்ந்திருந்தது.

வீட்டுக்கு வெளியே வந்தவர், கேட்டைத் திறந்து வலப்பக்கமும், இடப்பக்கமும் ஒரு தடவை பார்த்துவிட்டு, வலதுபுறம் ஐம்பது மீட்டர் தள்ளி இருக்கும் நாலுமுக்கு சந்திப்பில் வடக்குப் பாதையில் இருந்த கம்யூனிஸ்ட் கட்சியின் கொடிக்கம்பத்தின் அருகே வந்து மேலே பார்த்தார். செங்கொடி பறந்து கொண்டிருந்தது. தோளில் கிடந்த துண்டை எடுத்து கொடிக்கம்பத்தின் மூட்டிலிருந்த கல்வெட்டு திண்டில் வைத்துவிட்டு, முடித்து வைத்திருந்த கொடிக்கம்பக் கயிறை அவிழ்த்து, கொடியை அரைக்கம்பத்திற்கு இறக்கி, சரியாக அரைக்கம்பத்தில் இருக்கிறதா என ஒருமுறை தலையைப் பின்பக்கமாகச் சாய்த்துப் பார்த்தார். செங்கொடி அரைக்கம்பத்தில் இருந்தது. மறுபடியும் கொடிக்கம்பக் கயிறைச் சுற்றி முடிச்சு போட்டுவிட்டு, துண்டை எடுத்து தோளில் போட்டு கையைத் தூக்கி 'லால் சலாம்' என்று சொன்னார். கல்வெட்டில் கொச்சுமணியின் பெயர் பெரிதாக இருந்தது.

தாத்தா வீட்டுக்கு வரும்போது, கேட்டின் அருகே நின்று பார்த்துக் கொண்டிருந்த நிருபன் வழி விலகிக் கொடுத்ததும் திண்ணையில் போய் உட்கார்ந்தார். கையில் இருந்த செய்தித்தாளை மடித்து விட்டு, நிருபனும் அவர் அருகில் உட்கார்ந்தான். தாத்தா இரண்டு கண்களையும், கைகளால் துடைத்துவிட்டு ஒருமுறை செருமி இருமினார். உள்ளே இருந்து, நிருபனின் அம்மா கௌரி, தாத்தாவுக்குக் கட்டன் சாயாயும், நிருபனுக்கு பால் காப்பியும் கொண்டுவந்து கொடுத்தாள்.

கட்டன் சாயாவை ஒரு மடக்கு குடித்து விட்டு நிருபனைப் பார்த்தார். அவனும் அவரைப் பார்த்து, 'என்னாச்சு தாத்தா, ஏன் கொடிய பாதில கட்டிருக்கீங்க?' என்று கேட்டான்.

'கம்யூனிஸ்ட் பார்ட்டி நேதாக்களும், சகாக்களும் மரிச்சுப்போயா இங்ஙனையாணு பகுதியில செங்கொடியக் கெட்டுன்னது. இதொக்கப் பாத்தாணு ஒப்பம் பார்ட்டிக்காரமாரும் இப்ப கெட்டுவுணும். கொச்சுமணி ஞங்ஙடெ நேதாவல்லே. ஞங்ஙளெயெல்லாம் பார்ட்டில கொண்டுவந்து

சேர்த்ததே அவருதான். கொச்சுமணிய அறியாத பார்ட்டி சகாக்களே இல்லல்லோ. இப்போள் எல்லா கம்யூனிஸ்ட் பார்ட்டி கொடிமரத்துலயும் செங்கொடி பகுதில பறக்கத் தொடங்ஙியிருக்கும்' என்று தாத்தா சொன்னார்.

'ஓ அப்ப, தமிழ்நாடு ஃபுல்லா அரக்கம்பத்துலதான் பறக்குமா தாத்தா?'

'கொச்சுமணி எம்.எல்.ஏ.வா இருந்தவரல்லே. பார்ட்டிலயும் வலியபுள்ளி. அதெக் கொண்டாக்கும் பகுதில கொடி பறக்கேது. செலப்போள் கேரளத்திலும் பகுதில பறக்கும்'

'கேரளத்துலயுமா? ஏன் தாத்தா. அங்க எப்படி அது? வேற ஸ்டேட் இல்லியா?'

'இப்பத்தான கேரளம். மும்பு திருவிதாங்கூர் அல்லே. நம்மள் தெக்கன் திருவிதாங்கூராணல்லோ. பின்னயாணு சமரம் செய்து, பலரும் ஜீவன் களஞ்ஞு தமிழ்நாட்டோட சேர்த்துச்சிணும். அதனால இஞ்சயும் அதிண்ட தொடர்ச்சை உண்டு. கேரளத்து சர்க்கார காங்கிரசும், கம்யூனிஸ்ட்டும் அமைச்சியது போலதன்னே இன்னும் நம்ம விளவங்கோடு தொகுதி, காங்கிரஸ் பார்ட்டிட்டயும், கம்யூனிஸ்ட் பார்ட்டிட்டயும் தான இருக்கு. இப்பத்தான இஞ்ச மத்தப் பார்ட்டிகள் எல்லாம் சப்புசவுறுன்னு மொளைச்சுது' என்றார் தாத்தா.

'ஆமா, ஆமா இப்ப கட்சிலாம் மலிஞ்சிப் போச்சுல்லா தாத்தா. கொச்சுமணி தாத்தாக்கும், ஒங்களுக்கும் எத்தன வருஷ பழக்கம்? நீங்க அவர்க்க கூடதான் ஒருபாடு திவசம் திரிஞ்சதுன்னு அம்ம சொல்லிட்டுண்டு. கம்யூனிஸ்ட் கட்சிய வளக்க ஒவ்வொரு ஊரா அலைஞ்சி, கொடியேத்திட்டுத் திரிஞ்சிங்களாமே?'

'பின்ன, இஞ்ச கம்யூனிஸ்ட் பார்ட்டி கொடிமரத்த ஒருபாடு ஊணிப்பிடிச்சி செங்கொடிய உயர்த்தியது கொச்சுமணி நேதாவல்லே.

பின்ன ஒரு காரியம், அவருக்குவேண்டி இது மூணு தவணயா செங்கொடி பகுதில பறக்கேது'

'என்ன தாத்தா சொல்லுதிய. மூணு தடவயா? எப்புடி அது. அவரு இப்பத்தான மரிச்சிருக்காரு'

தாத்தா கட்டன் சாயாவை மெதுவாக ஊதிக் குடித்துவிட்டு கப்பைக் கீழே வைத்துவிட்டு, துண்டால் வாயைத் துடைத்துக் கொண்டு தூணோடு சாய்ந்தார். நிருபனும் காப்பியைக் குடித்து முடித்தான்.

'அந்தக் கதைய செல்லணுமிங்கி, மயிம வருஷம் பின்னோட்டு செல்லணும். தொடுவெட்டி, கண்ணக்கோடு தேவதாஸ் ஆசானுக்க கடேசி மோனாணு கொச்சுமணி. தேவதாஸ் ஆசான்னாலே எல்லாரும் அறிவினும். புள்ளிக்கி அடிமுற, வைத்தியம், வர்மம்லாம் அறியும். களரி, சிலம்பக் களியிலே ஆளு வலியகேமன். அதக்க வெச்சுதான் ஆசான் சர்க்கஸ் நடத்தேது. சர்க்கஸ்னா மிருகங்க கொண்டு களிச்சேது இல்ல. இது மனுஷங்களக் கொண்டு களிச்சேது. கூடிப்போனா பத்து பந்ரெண்டு பேர் உண்டாக்கும். வலியவலிய கல்யாண வீட்டுலயும், க்ஷேத்திர உற்சவத்துலயும், சிலம்ப களியினூடெ களரியும் களிக்கும்.

எல்லா வருஷமும் திருவனந்தபுரம் கொட்டாரத்தில் நடக்கும் மகாராஜாவின்ட ஜென்மதின ஆகோஷத்தில், அவரின்டெ முன்பில் சம்பவிக்கும் களரி கலாபம் மத்திரவச்ச களியாயிரிக்கும். ஆசான் தாராளம் மெடலுகள் வாங்கும். களரில அவர தாளேறக்க ஆருமில்லன்னுதான் எல்லாரும் செல்லுவுணும். ஸ்ரீ மூலம் திருநாள் மகாராஜாக்க சஷ்டி பூர்த்தி சடங்கில் ஆசான் களிச்ச களிகண்டு எல்லாவருக்கும் உடம்பே புல்லரிச்சி போச்சாம். மற்றொல்லாவரயும் போலே மகாராஜாவும் அல்புதத்தோடே கண்டு 'என்டே கண்மும்பே இவன் மரிக்கானாணோ களிக்கினது? மதியாக்கான் பற'ன்னு அவரின்ட தாசனோட நிறுத்தான் பறைஞ்சி திருவிதாங்கூரின்ட ராஜ்ஜிய முத்திரையும் சித்திரமும் கொத்திய சர்ட்டிபிகேட் நல்கி கௌரவிச்சாரு.

அதுபோல தன்னே ஸ்ரீ சித்திரை திருநாள் மகாராஜாவின்டே கிரிடதாரனத்தில், ஆசான் களிக்குனதக் கண்டு ஆச்சரியப்பட்டு 'ஈ வயசனை ஜெயிக்கான் ராஜ்ஜியத்தில் ஆரும் இல்லா'ன்னு சர்ட்டிபிகேட் நல்கி ஆதரிச்சாரு. ஆ சர்ட்டிபிகெட்டுகள் இப்போளும் கொச்சிமணி நேதாவு வீட்டின்ட சொவரில் தொங்கிகிட்டுண்டு'

'ஓ, அப்ப மின்னம எல்லாம் மன்னர் பதவியேக்கும்போ இப்புடிதான் நடக்குமா? ஆச்சரியமா இருக்கு. ஆமா, மன்னர் காலத்திலயே கட்சிலாம் வரத் தொடங்கிட்டா தாத்தா. நீங்களும், கொச்சுமணி தாத்தால்லாம் எப்படி கம்யூனிஸ்ட் கட்சில சேர்ந்திய?' என்று நிருபன் கேட்டான்.

'கொச்சுமணிக்க ராஷ்டிரிய ஆச அவருக்க சகோதரன் சிகாமணி அண்ணாச்சிய கண்டுதான் வந்துச்சி. சிகாமணி அண்ணாச்சி, அப்போள் திருவிதாங்கூர் ஸ்டேட் காங்கிரசின் ப்ரவன்ஷியல் கமிட்டி மெம்பரா இருந்தாரு. பின்ன கொச்சுமணியும் திருவிதாங்கூர் ஸ்டேட் காங்கிரஸ்ல சேர்ந்தாரு. சிகாமணி அண்ணாச்சி கம்யூனிஸ்ட் பார்ட்டியோடே பந்தப்படுகையுமாயி கோழிக்கோட்டுல நடக்கும் ராஷ்ட்ரிய கிளாசுகளில் பங்கெடுத்தாரு. அதினிசேஷம் அவரும் கம்யூனிஸ்ட் பார்ட்டிக்கி மாறியதும், கொச்சுமணியும் கம்யூனிஸ்ட் பார்ட்டிக்க அகத்தேறினாரு.

1930ம் வருசம் மலபார் பிரதேஷம், மதராஸ் ராஜ்ஜியத்திலாக்கும் இருந்துச்சு. அப்போள் அவிட கம்யூனிஸ்ட் பார்ட்டியும் வேகமாயும் வளர தொடங்ஙியிருந்துச்சி. அதற்கத் தொடர்ச்சையாய் திருவிதாங்கூர் சமஸ்தானத்திலேயும் பதுக்கப்பதுக்க பார்ட்டி எழும்புச்சி. சுதந்திர சமரத்தோட சேர்ந்நு, மன்னராட்சியும் ஒழிய வேண்டி கம்யூனிஸ்ட் பார்ட்டி முன்மொழிஞ்சி சமரம் செய்யத் தொடங்ஙிருக்கும்போள், மொழிவாரி மாகாணம் பிரிக்கப்படணும்ங்கிற கோரிக்கையும் பலமா எழும்பி வந்துச்சு. ஆ சமயந்தான் கம்யூனிஸ்ட் பார்ட்டியோடே யூனியன்களும் உருவாவிட்டுருந்திச்சி.

கம்யூனிஸ்ட் பார்ட்டி ஆலப்புழா, சேர்த்தலா பிரதேசத்திலுள்ள கயிறு தொழிலாளி யூனியன்களோடே சேர்ந்நு, வலிய போராட்டங்கள நடத்திக் கொண்டிருக்கும்போள், அதின்டே அகாதம் தெக்கன் திருவிதாங்கூரிலும் எழும்பத் தொடங்கிச்சி. ஆ சமயத்தில் திவான் சி.பி. ராமசாமி அய்யர், மகாராஜாவின்டெ உபதேசகனும், பிரதான மந்திரியுமாய் இருந்ததக் கொண்டு, அவரின்டெ அபிப்ராயத்தில் தன்னே திருவிதாங்கூர் ராஜ்ஜியமும் நடக்குகையாயிருந்துச்சி. அய்யர், மகாராஜாவைக் காட்டிலும் சக்தனாய் இருந்தாரு.

சுதந்திரத் திருவிதாங்கூர் வேண்டியதுதான், அக்காலத்தில் திவான் சி.பி. ராமசாமி அய்யர்க்க நயமா இருந்துச்சு. அதை ஆதரிச்சி மீட்டிங்குகளும் சமஸ்தானமெங்கும் நடந்துட்டுருக்கும்போள் சிகாமணியும், கொச்சுமணியும் ஒண்ணுரெண்டு மீட்டிங்குகள்ல சகாக்களோடி போயி அலம்புண்டாக்கி மீட்டிங்க நடத்த விடாம செய்வுணும். திவான எருமமாடுன்னு பறைஞ்சி, அவர எமதர்மனா கருத்துச் சித்திரம் வரைஞ்சி எல்லாருக்கும் கொடுத்துணும். ஆ சமயம்தான், சிகாமணி அண்ணாச்சி தொடுவெட்டில பிரிண்டிங் பிரசும் நடத்திட்டுருந்தாரு. தொடுவெட்டிதான் ஈ தாலுகாவில் பெரிய ஸ்தலம். வீட்டு விசேஷத்துக்கும் சரி, எதுக்குனாலும் சரி தொடுவெட்டிலருக்க பிரசிலதான் கார்டு அடிச்ச எல்லாரும் வருவுணும். அதனால ஜனங்க கூட சிகாமணி அண்ணாச்சிக்கு நல்ல பழக்கமும் உண்டாச்சி.

தொடுவெட்டி மரக்கறி மார்க்கெட்ல எனக்க அப்பாயும், தாத்தாயும் யாவாரம் பாத்துட்டுருந்துணும். அங்க யாவாரிமாருட்டேண்டு சமஸ்தானத்துக்க ஆளுவதான் வாடக சக்கரம் பிரிப்பிணும். ஆனா அவனுவ வாடகய விட கூடுவலா சக்கரத்த பறிச்சி எடுப்புணும். ருவாயா குடுத்தா சில்லற இல்லன்னு பாக்கிய தர மாட்டுணும். இப்புடி பாவப்பட்ட யாவாரிமாருவள அவனுவ வஞ்சிச்சிணும். மார்க்கெட்டுலதான் சிகாமணி அண்ணாச்சிக்க ஆத்ய சமரம் தொடங்குச்சு.

கொச்சுமணிக்கும் அதுதான் ஆத்ய சமரம். யாவாரிமார் ஆதரவோடே ஒருமாசம் சமரம் நடந்துச்சி. கடெசில சமரம் செஞ்ச எல்லாரையும் போலீஸ் அரெஸ்ட் பண்ணி கொண்டுபோய், கொறச்சி சமயம் கழிச்சி ரிலீஸ் பண்ணி விட்டுச்சி. அதின்பிம்பு யாவாரிமாருட்டேண்டு கூடுதல் சக்கரம் சொரண்டேதும் நின்னுச்சி. மணியம்மார ஜனங்களும் விசுவாசிக்க தொடங்கிச்சிணும்.

ஆ சமயம்தான் தோட்டத் தொழிலாளிகள ஒன்னுப்பிச்சி யூனியன்ல சேர்க்கேதுக்கு கம்யூனிஸ்ட் பார்ட்டி நேதாக்கள் பி.டி. புன்னூஸும், எம்.என். கோவிந்தன் நாயரும், கே.சி. ஜார்ஜும் தொடுவெட்டிக்கி போக்குவரத்துமாய் இருந்துச்சிணும். அப்போள் கொலேரத்தில் தாராளம் எஸ்டேட்டுகளும், தொழிலாளிகளும் உண்டு. ஆனா அவிட தொழிலாளிகளின்ட மீட்டிங்குகள் நடத்த ஸ்தலம் கெடைச்சாது. அதனால மற்றெவிடங்கிலும் தான் மீட்டிங்குகள் நடக்கும். கம்யூனிஸ்ட் பார்ட்டி நேதாக்களோடு சேர்ந்து நெருக்கம் வந்நு சிகாமணி அண்ணாச்சியும் தோட்டத் தொழிலாளிகள, பலப்போளும்போய் சந்திச்சிட்டு வந்தாரு.

1942ஆம் வருசம் கம்யூனிஸ்ட் பார்ட்டியோட ஆத்ய கிளைய தொடுவெட்டில தொடங்குச்சினும். அதினுசேஷம் கொண்டு சிகாமணி அண்ணாச்சிக்க பிரசுக்கும் கம்யூனிஸ்ட் நேதாக்களின் போக்குவரத்தும் தொடங்குச்சி. கம்யூனிஸ்ட் நேதாவு ஈ.கே. நாயனார் தொடுவெட்டி பிரஸ்லதான் ஒளிச்சிருந்தாரு. ஆ சமயம் தன்னே தோட்டத் தொழிலாளிகளுக்காக வேண்டி போராடிட்டுருந்த கம்யூனிஸ்ட் நேதாவு பி.டி. புன்னூஸ் கொலேரத்துல அரெஸ்ட்டாவி திருவட்டாறு சப் ஜெயில்ல இருந்தாரு. அவர சந்திச்சி புறத்த கொண்டுவரத்தான் நாயனார் தொடுவெட்டில இருந்தார்ன்னும் சொல்லுவுணும். எப்போளும் நாயனார் பிரசுக்க அகத்தையே இருப்பாரு. புறத்த பூட்டு தொங்கும்.

புன்னபுரை வயலார் கிருஷி தொழிலாளர்கள் கூலி உயர்த்திக் கேட்டு சமரம் செஞ்சப்போள், சர்க்காரு நடத்திய தோக்குச் சூட்டு பயங்கர

கொலவாதத்துக்குப் பின்னே கம்யூனிஸ்ட் பார்ட்டியும், அதனோடுள்ள யூனியன்களும், திருவிதாங்கூர் ராஜ்ஜியத்தில தடை செய்யப்பட்டுச்சி. உடனே சிகாமணி அண்ணாச்சி, திவான் எதிர்ப்பு இயக்கம்ன்னு ஒண்ண உருவாக்கி, ஒவ்வொரு ஸ்தலத்திலயும் மீட்டிங்குகள நடத்துனாரு. ஆ சமயம் அந்த இயக்கத்தையும் தடை செய்ஞ்சுனும். அதனால திவானுக்க கண்ட்ரோலிலிருந்த போலீஸ், சிகாமணி அண்ணாச்சியையும், கொச்சுமணியையும் அரெஸ்ட் பண்ணி கொல்லேதுக்குத் தேடிட்டுருந்திச்சி.

அக்காலத்திலதான் தாராளம் ரப்பர் எஸ்டேட்கள் எழும்பத் தொடங்கிச்சி. அவிட தொழிலாளிகளுக்கு நியாயமான கூலி கொடுக்காதே, மொதலாளிமார் கொடுமைப் படுத்திட்டு இருந்திச்சினும். அவிட ஜோலிக்குப் போனதுகளும், குடும்பம் குடும்பமாய்தான் போச்சிதுவ. கஞ்சிக்கி வழி இல்லாத போனதுவதான் ஒருபாடுண்டு. வெளுப்பிலருந்து, அந்தி வர மாடா பணி செய்யணும். தணுப்புலயும், மஞ்ஞுலயும், மழையிலயும் குந்தியிருக்க விடமாட்டுணும். வையாமிங்கி ஆசுத்திரிக்கி கொண்டுப் போவ மாட்டுணும். மலையில மலேரியா அதிவேகமாப் பரவிட்டுருந்த சமயம், மயிம தொழிலாளிகள் வயிறு உப்பி மரிச்சிப் போச்சினும். பிரேதத்தக் கூட அடக்கம் பண்ண எஸ்டேட் மொதலாளிமாரு சகாயிச்சில்ல. எஸ்டேட்கள் எல்லாம் அப்போள் வெள்ளக்கார துரைமாருட்ட இருந்துச்சி.

வைகுண்டம், சிவலோகம், ஆலஞ்சோலை, மாருதி, காந்திமதி எஸ்டேட்வதான் உள்ளதிலேயே வலிது. ஈ அஞ்சு ரப்பர் எஸ்டேட்டையும் அலெக்சாண்டர்னு ஒரு வெள்ளக்கார துரைதான் நோட்டிட்டுருந்தான். அவனுக்கு சிவலோகம் எஸ்டேட்தான் ஹெட் குவார்ட்டர்ஸ். அவிடெருந்துதான் எல்லாத்தையும் நோட்டமிடுவான். எந்நும் வெளுப்புல சவுக்கோடி குதிரைல கெறங்கிட்டுக் கெடப்பான். கொறச்சி சமயம் பிந்திவரும் தொழிலாளிகள குதிரையில இருந்தே சவுக்கால

அடிச்சி வெரட்டுவான். அதுவளும் வேதனையில அலறிண்டே குதிரைய விட வேகமா ஓடுணும். அதுவளுக்க கதறல் சத்தம் மலங்கரைகள்ல எக்கோடிச்சிம். அவன எதிர்க்க ஆர்க்கும் தைரியமில்லாம இருந்துச்சி' என்று சொல்லிவிட்டு தாத்தா பெருமூச்சு விட்டார்.

அதைக் கேட்டுக் கொண்டிருந்த நிருபன், 'எவ்வளவு கஷ்டம் இருந்திருக்கு தாத்தா. நாங்கூட டீ எஸ்டேட் லேபர்ஸ்க்குதான் இதுபோல கொடுமை நடந்துருக்குன்னு கேட்டுருக்கேன். ஆனா ரப்பர் எஸ்டேட் லேபர்ஸ்க்கும் இவ்வளவு கொடுமை நடந்திருக்கே. இதுக்குதான் கம்யூனிஸ்ட் கட்சி லேபர் யூனியன் தொடங்கிச்சின்னு இப்பதான் புரியுது. நாம பாக்கும்போது ரப்பர் மரம்தானேன்னு சாதாரணமாப் போறோம். அதுக்குள்ள எவ்வளவு வலி இருந்துருக்கு' என்று புருவத்தை உயர்த்தியபடி சொன்னான்.

'திவசம் இருநூத்தம்பதுலருந்து முந்நூறு மரத்தக் கீரி பால் எடுக்கணும். நல்ல தணுப்பு உள்ளப்போள் பணில சொணக்கம் வந்தெங்கி கங்காணிமாரு போட்டு அடிப்புணும். வாரத்துல ஒற்ற திவசமும் லீவே கெடைச்சாது. வருசத்துக்கு ஒரு தடவ எல்லாத்தையும் கூட்டி கணக்கு வெவரத்தச் சொல்லுவுணும். அதுல ஒவ்வொருத்தரும் எஸ்டேட்டு மொதலாளிமாருக்கு எவ்வளவு கடன் பட்டுருக்குங்கிற வெவரத்தச் சொல்லி அந்தத் தொகைய அடைக்கேது வர அவிடெருந்து புறத்த போவவுடாம அடச்சிப் போடுவுணும். அதுனால கொத்தடிமைகளா மயிம தொழிலாளிகள் அவிட கெடந்து கொடுமைகள அனுபவிச்சிதுவ.

எஸ்டேட்கள்ல தொழிலாளிகளுக்க லைன்வீடுகளுக்கு ப்ரத்யேக வாடகை உண்டு. அதெ கங்காணிமாரு கூடுதலாப் பறிச்சி எடுப்புணும். அவனுவளுக்க அடி பொறுக்க முடியாம மயிம சக்கரத்த தொழிலாளிகள் கொடுப்புணும். அதுவளுக்கு ஆகாரம் தின்னதுக்கு யானம் கூட கெடையாது. சிரட்டையிலதான் கஞ்சி குடிச்சணும்.

மலை முகள்ல உள்ள ரப்பர் எஸ்டேட்களுக்கு வண்டிப் போக்குவரத்து

இல்லாத சமயத்தில ராத்திரியில நடந்து போயி தோட்டத் தொழிலாளிகள சந்திச்சி, அவியளுக்கான உரிமைகள எடுத்துச்செல்லி, அவர்க்கு ராஷ்ட்ரிய கிளாசை சிகாமணி அண்ணாச்சியும், கொச்சுமணியும் எடுப்புணும். எஸ்டேட்டுக்கு அகத்த, புறத்தினுன்னுள்ளவர் வந்து சம்சாரிச்சால் தொழிலாளிகளுக்குத்தான் அடி கெடைச்சும். பின்ன ஜோலிய விட்டும் புறத்தாக்குவுணும். அதனால மொத்தத்தில் எல்லோரயும் சந்திக்காம, ஒவ்வொருத்தரையும் தனித்தனியாக் கண்டு சம்சாருச்சு, அதுவளுக்குத் தைரியமும், ஆசுவாசமும் பறைஞ்சி, புலரிக்கமின்ன அவிடருந்து புறத்த வருவுணும்.

சமயத்தில் வீட்டு வாடக கூடுதல்னு நிர்வாகத்துட்ட நாணுங்கிற தொழிலாளி பரஞ்சபோள், அவன ஒடனே ஜோலியவுட்டு புறத்தாக்கிச்சிணும். அப்போள் மற்ற தொழிலாளுகளும் சேர்ந்து பிரச்னை கௌப்பி சமரம் செஞ்சப்பம், நிர்வாகம் நாணுவத் திருப்பி வேலக்கி எடுத்துச்சி. வீட்டு வாடக பிரஸ்னமும் தீர்ந்துச்சி. அதுக்க பிம்புதான் தொழிலாளர் யூனியன் வச்சணும்ங்கிற எண்ணம் எல்லாவருக்கும் ஒருமிச்சி வந்து யூனியன்கள் தொடங்கிச்சிணும்.

அக்காலத்தில் திருவிதாங்கூர் ராஜ்ஜியத்துல கம்யூனிஸ்ட் பார்ட்டிய தடை பண்ணிருந்தனால, மலபார் பிரதேசத்துலண்டு தேசாபிமானி பத்ரம் நேரா இஞ்ச வராது. அதுபோலெ தன்னே கம்யூனிஸ்ட் பார்ட்டிக்க ரகசிய விவரங்களும் வந்து சேராது. அதனால மலபார்லேண்டு தேசாபிமானி பத்ரமும், விவரங்களும், கோயம்புத்தூர் வழியா கம்யூனிஸ்ட் பார்ட்டி சகாக்கள் திருநவேலி ஜில்லா பீடித் தொழிலாளர் யூனியன் ஆபீஸ்க்கு வந்து சேர்ப்புணும். அத திருவனந்தபுரம், கொல்லம், ஆலப்புலா, சேர்த்தலாவரை கொண்டு சேர்க்க உத்திரவாதம் தொடுவெட்டிக் கிளைக்கு இருந்திச்சி. அதக்கொண்டு சேர்க்க பணி, சிகாமணி அண்ணாச்சிக்கும், கொச்சுமணிக்கும், கோபின்னு ஒரு சகாவுக்கும் உண்டு.

அப்போள் இஞ்சண்டு ரெண்டுபேரு திருநவேலிக்கி பஸ்ல போயிட்டு, அவிடருந்து பயோனியர் பஸ்ல ஏறி வள்ளியூர்ல எறங்கி மலப்பாத வழியா நடந்து கடுக்கரைக்கி வருவுணும். உச்சை பன்னெண்டு மணிக்கு நடக்கத் தொடங்கினா, அந்தி அஞ்சு மணிக்கி வந்து சேருவுணும். வழியில வவுறுபசிச்சா ஒரு வாழப்பழம் களிச்சிட்டு, மலை ஓடைத் தண்ணிய குடிப்புணும். கடுக்கரையில இருக்க வேலப்பன் சகாவு வீட்டுக்கு வந்து சேர்ந்து அஞ்சருந்து செக்போஸ்ட்கள்ல போலீஸ் கெடுபிடி இல்லாம தொடுவெட்டி வரைக்கும் கொண்டு வருவுணும்'

'அது யாம் தாத்தா வள்ளியூர்ல எறங்கணும். பஸ்ஸிலயே இங்க வர வரலாமே?' என்று நிருபன் கேட்டான்.

'ஆராம்மொழில செக்போஸ்ட் உண்டு. அஞ்சருந்தே திருவிதாங்கூர் ராஜ்ஜியம் தொடங்கும். அதனால பார்டர்ல போலீஸ் நிப்புணும். அவருக்கிட்ட பிடிகொடுத்தா அரெஸ்ட் பண்ணி, அகத்துப் போடுவுணும். பின்ன திருவிதாங்கூர் ராஜ்ஜியத்துல கம்யூனிஸ்ட் பார்ட்டிய தடை செய்ஞ்சிருக்கதுனால குழப்பம் உண்டு. சகாவு ஜீவாவ, இஞ்ச போலீஸ் தேடும்போள் கடுக்கர மலையிலூடே நடந்நு, வள்ளியூருக்கு போயிருவாரு. ஆ பிரதேசம், பிரிட்டிஷ் சர்க்காரிண்ட பாகமாய் இருந்ததனால, அவிட திருவிதாங்கூர் சட்டம் செல்லாது. ஆ ஸ்தலத்தில் அவர போலீஸ் தேடுனா கடுக்கர மலை வழியா நடந்நு ஆள் இஞ்ச வந்து எத்தும். ரெண்டு ஸ்தலத்திலயும் தேடுனா, வேஷம் மாறி நடப்பாரு. அது போலதான்னே சிகாமணி அண்ணாச்சிக்கும், கொச்சுமணிக்கும் அவஸ்தை இருந்துச்சு'

'இப்ப அந்த மலைப் பாதை உண்டா தாத்தா?'

'இப்போள் பாரஸ்ட் டிப்பார்ட்மெண்ட் கண்ட்ரோலில்லாக்கும் அது இருக்கு. யாரும் அதுல போக்குவரத்தும் வச்சல. மும்பெல்லாம் ஆ ப்ரஸ்னம் இல்ல. பின்ன சிகாமணி அண்ணாச்சியும், கொச்சுமணியும்,

இல்லங்கி கோபியோ, தேசாபிமானி பத்ரத்த தொடுவெட்டிக்கி கொண்டுவந்தா எங்களுக்கு விவரம் கிட்டும். போலீஸ் எவிடயெல்லாம் நிக்குதுன்னு நாங்கள் உடனே கண்டெத்தி அவர்க்கு அறியிப்போம். வெட்டுமணி பாலத்தில போலீஸ் பட்டாலியன் நிற்கும். அவிட மிருகத்தனமாக அடிச்சும் சூரன் வேலுப்பிள்ளைங்கிற போலீஸ்காரன் காவலுக்கு இருப்பான். அதனால கண்ணக்கோடு வழியா கிருஷ்ணன்கோவில் கடவு வந்து வேட்டிய அவுத்து எல்லாத்தையும் தலையோடு சேர்த்துக் கெட்டி ஆத்துக்குள்ள எறங்கி குழித்துற சுடுகாட்டுல கரையேறி வேட்டியக் காயவைச்சி பழக்கப்பட்ட லாரியில கொண்டு போவுணும். லாரி கெடைக்கலன்னா நடந்துதான் கொண்டு போணும்.

செலப்போள் ஏதாவது ரகசியத் தகவல் இருந்தெங்கி ஒரு யாசகன்ட வேஷம் தரிச்சி கம்யூனிஸ்ட் சகாக்கள் சேர வேண்டிய ஸ்தலத்தில சேர்ப்புணும். ஈ விசயம் அறிஞ்ச போலீஸ், சிகாமணி அண்ணாச்சியையும், கொச்சுமணியையும் தேடுச்சி. அஞ்சாறு போலீசெங்கி, மணியம்மாரு தனக்க தவப்பன் தேவதாஸ் ஆசான்கிட்ட படிச்ச அடிமுறய காண்ப்பிச்சிக் கொடுப்புனும். அதனால பதினஞ்சி பேர கொண்ட போலீஸ் டீம் உண்டாச்சி. புன்னபுரை வயலார் சம்பவத்துக்கு பின்ன தொடுவெட்டில போலீஸ் கெடுபிடியும் கூடிருந்திச்சி.

ஆ சமயத்தில மணியம்மார அரெஸ்ட் செய்யான் வேண்டி போலீஸ்காரம்மாரு பாதி ராத்திரியில அவர்க்க வீட்டுக்குப் போவுணும். அதனால ஒளிச்சி திரியுன்ன ஜீவிதந்தான் ஜீவிச்சிணும். செல தகவல் வந்திச்செங்கி நாங்க கொண்டு போவோம். அல்லெங்கில் அறியப்படுன பார்ட்டி சகாக்கள்கிட்ட சொல்லி விடுவோம். அப்போளும், தோட்டத் தொழிலாளிகளச் சந்திச்சிட்டும், கிளாஸ் எடுத்துட்டும்தான் இருந்திச்சுணும்.

1947ஆம் வருசம் ஜூலை மாசம் 3ஆம் தியதி மவுண்ட்பேட்டன் பிரபு சுதந்திரம் குறிச்ச அறிவிப்ப வெளியிட்டதும், உடனே திருவிதாங்கூர்

திவான் சி.பி. ராமசாமி அய்யர் சுதந்திர இந்திய யூனியன்லருந்து திருவிதாங்கூர் அகந்நு நில்க்கும்னும், சேராதுன்னும் அறிவிப்ப வெளியிட்டாரு. இத கண்டிச்சி திருவிதாங்கூர் ஸ்டேட் காங்கிரசும், கம்யூனிஸ்ட் பார்ட்டியும், ராஜ்ஜியத்தின் எல்லா பாகங்களிலும் அப்போள் சம்சாரிச்சிட்டிருந்துச்சு.

ஆ மாசம் 18ஆம் தியதி மவுண்ட்பேட்டனுக்க அறிவிப்ப இங்கிலாந்து மகாராஜாயும் அங்கீகரிச்சாரு. அது புறத்த வந்ததும், திருவிதாங்கூர் மகாராஜா ‘என்டெ ராஜ்ஜியம் சுதந்திர நாடா பிரகடனம் செய்யுதுன்னு’ அறிவிச்சாரு. இது திவானோட அறிவிப்புக்க தொடர்ச்சைதான். இதின எதிர்த்து கம்யூனிஸ்ட் பார்ட்டியும் போராட்டங்கள் பண்ண தொடங்கிச்சி. திவானோட அறிவிப்பயும், மகாராஜாவோட அறிவிப்பயும் ஆதரிக்கிற விதமா இவிடருந்த திருவிதாங்கூர் தமிழ்நாடு காங்கிரஸ் பார்ட்டி செயல்படத் தொடங்கிச்சி. இது தெற்றுன்னும், இப்படியே போனா அது தெற்றான வழிக்கே போகும்னும், கம்யூனிஸ்ட் பார்ட்டி நேதாக்கள் இ.எம்.எஸ். நம்பூதிரிப்பாடும், கே.சி ஜார்ஜும் திருவிதாங்கூர் தமிழ்நாடு காங்கிரஸ் நேதாக்கள கூடி சம்சாரிச்சினும். பட்சே அவர்கள் ஒண்ணுக்கும் சம்மதிச்சி வரல.

அதுக்க ஒராழ்ச்ச கழிச்சி திருவனந்தபுரம் சங்கீத சபாலருந்து திவான் சி.பி. ராமசாமி அய்யர் புறத்து வரும்போள், ஒருத்தன் அவர கத்திக் கொண்டு குத்திட்டான். சம்பவம் திவானையும், மகாராஜாவயும் அதிர்ச்சியாக்கிச்சி. ஆகஸ்ட் 15ம் தியதி இந்திய யூனியனுக்கு சுதந்திரமும் கெடைச்ச, கொறச்சி திவசங்களுக்குள் திவான், தனக்க பதவிய ராஜினாமா செய்ஞ்சிட்டு மெட்ராசுக்குப் போயிட்டாரு. அதுக்கப் பின்ன மகாராஜாயும், திருவிதாங்கூர் ராஜ்ஜியத்த இந்திய யூனியல்ல சேர்க்க சம்மதிச்சாரு.

பிம்பு வந்த எலக்சன்ல காங்கிரஸ் கட்சி ஆட்சிக்கு வந்துச்சி. ஆனாலும் நிர்வாகம் சிறப்பா நடக்கல. கிருஷிகாரமாருக்கும், எஸ்டேட்

தொழிலாளிகளுக்கும், மொதலாளிமாருவக் கூட பிரஸ்னம் போயிட்டே இருந்துச்சி. அத காங்கிரஸ் பார்ட்டி நோக்குனது போலயும் தெரியல. அப்போள் கம்யூனிஸ்ட் பார்ட்டி நேதாக்கள் சித்தாந்த ரீதியா புது கருத்து மாற்றத்தக் கொண்டு வந்துச்சிணும். அதனால மறுபடியும் கம்யூனிஸ்ட் பார்ட்டிக்கி தடை வந்துச்சு. சிகாமணியும், கொச்சுமணியும் ஒளிச்சி திருஞ்சிணும். சுதந்திரம் கெடைச்ச மறு வருசம் ஆகஸ்ட் 15ஆம் தியதி புன்னபுரை வயலார் தினமா அனுஷ்டிக்கணும்னு கம்யூனிஸ்ட் பார்ட்டி பறைஞ்சு. அதனால பிரதானப்பட்ட சர்க்கார் ஆபீஸ்லயும், பிரதான ஜங்சன்லயும் கொடி உயர்த்தி, போஸ்டர் ஒட்டிய பணியும் சகாக்களுக்கு வந்திச்சி. நாங்கல்லாம் சின்னச்சின்னக் குழுவாப் பிரிஞ்சிப் போயி செய்ஞ்சோம்.

சகாக்கள் குழித்துற கோடதி, தாலுகா ஆபீசுன்னு எல்லா ஸ்தலமும் கொடிய ஊனி, போஸ்டர் ஒட்டுச்சிணும். இப்போள் குழித்துற வாவுபலி நடக்குதிலியா, அதுக்க மின்னதான் ரிசர்வ் போலீஸ் கேம்ப் இருந்திச்சி. அவிட கொடிய கெட்டேதுக்கு கொச்சுமணிக்கி ஆச வந்துட்டு. அப்ப நாங்க நாலஞ்சு பேருண்டு. கொச்சுமணி சொன்னது, எல்லாத்துக்கும் இஷ்டம்தான். ஆனா போலீஸ் பிடிச்சா எல்ல நசுக்கி சூப் வச்சி குடிச்சிப் போடுவுணும்னு அறியும். அதனால நாங்க வேண்டாமுன்னு சொன்னோம்.

கொச்சுமணி விடாப்புடியா இருந்தாரு. பிம்பு எல்லாரும் சம்மதிச்சோம். பதுக்க கேம்ப் சொவர்ல எட்டி நோக்கும்போள் முன்னும்பின்னும் தோக்கப் புடிச்சிட்டு போலீஸ்காரமாருவ நடந்துணும். அதுக்கப் பின்ன அவமாரு பரேடு நடத்திட்டு உள்ள போவும்போள், ஒளிஞ்சிருந்த கொச்சுமணி செவரேறி சாடி, மேல ஏறி அந்தக் கெட்டிடத்தில் கொடியக் கட்டிட்டு அஞ்சருந்து ‘லால் சலாம்’னு கைய ஒயத்தினாரு. நாங்களும் புறத்த நின்னு கைய ஒயத்துனோம். அதுவர வேறயாரும் அறியல. கொச்சுமணி தாழ எறங்கிய சமயம்தான்

போலீஸ்காரமாரு பாத்துணும். பின்ன போலீஸ் விரட்டத் தொடங்கிச்சி. தலதெறிச்ச ஓடுனோம். யாரும் போலீஸ்ட்ட மாட்டக் கூடாதுன்னு முடிவு செய்ஞ்சு, குழித்துற ஆற்றில சாடி நீந்தி ஆளுக்கொரு பக்கம் கரையேறி ஓடுனோம். யாரயும் போலீசால புடிக்க முடியல. சம்பவம் பெரிய சலசலப்ப உண்டாக்கி, போலீஸ் ரெக்கார்ட்டுலயும் கேஸாச்சி.

சமயம் தன்னே சிகாமணியயும், கொச்சுமணியயும் புடிச்சி தந்தா தக்க பிரதிபலம் தருவோம்னு போலீஸ்காரமாரும் அறிவிச்சிச்சிணும். தொடுவெட்டி, குழித்துறன்னு போலீஸ் சல்லட போட்டுத் தேடிச்சி. அப்போள் புன்னபுரை வயலார் சம்பவத்துல பேரெடுத்த நாடார் போலீசுன்னு அறியப்பட்ட ரிசர்வ் போலீஸ் படைக்க சப் இன்ஸ்பெக்டர் சத்தியநேசன் நாடார குழித்துறக்கி கொண்டு வந்துச்சிணும். சத்தியநேசன் நாடார திருவிதாங்கூர் ராஜ்ஜியத்தில அறியாத ஆள்கள் ஆருமில்ல. அவரு எப்புடியும் மணியம்மாருவள புடிச்சிருவாரு, குழித்துற, தொடுவெட்டி பிரஸ்னங்களத் தீத்துருவாருன்னு நெனைச்சுணும்.

ஒரு திவசம் ஒளிச்சிருந்த கொச்சுமணி, மாமூட்டுக்கடயில ஒரு வீட்டு மாடியில ராஷ்ட்ரிய கிளாஸ் எடுத்துட்டு இருந்தாரு. அது வளரே ரகசியம். என்னப்போல ஒண்ணு ரெண்டு பார்ட்டி சகாக்களுக்குத்தான் விசியம் அறியும். ஆனா விசியம் எங்கினயோ சத்தியநேசன் நாடாருக்க செவிக்கி எத்திச்சி. நாடாரும், தனக்க படை பரிவாரத்தோட கௌம்புனாரு. உடனே நாங்க கொச்சுமணிக்குத் தூது குடுத்துட்டோம். அவரும் உசாராவி, புறத்த தப்பிச்ச போவும்போள், போலீஸ் பட்டாலியன் ஆ வீட்டினச் சுத்தி வளச்சிணும். கொச்சுமணி, மோள்லலிருந்து சத்தியநேசன் நாடார்க்க மேல சாடி ஓடுனாரு. அதப் பாத்த மத்தவியளும் மாடிலருந்து சாடி ஓடிச்சிணும். மயிம நேரம் விரட்டியும் கொச்சுமணியப் புடிச்ச முடியல. அச்சுதன் சகாவ, சத்தியநேசன் நாடாரு விரட்டினாரு. அவருக்க வேட்டிய தான் உருவ முடிஞ்சிச்சே தவிர யாருமே மாட்டல்ல. பிம்பு கொறச்ச திவசங்களுக்குள் சத்தியநேசன் நாடார் சினிமாயில் அபிநயிக்கப் போயிட்டாரு.

திருவிதாங்கூர் மகாராஜா இந்திய யூனியல்ல சேரான் சம்மதிச்சதுனால, மகாராஜாக்க ஆலோசகருக்க தாழ ஒரு கமிட்டி உண்டாவி, அது சம்சாரிச்சு தீர்மானங்கள் இட்டு, வயசு வந்தோருக்கு ஓட்டு உரிமை உண்டுன்னு அறிவிப்ப வெளியிட்டுச்சி. 1949ஆம் வருசம் திருவிதாங்கூர், கொச்சி சமஸ்தானங்கள் ஒண்ணாவி திருவிதாங்கூர் - கொச்சி ராஜ்ஜியம்ன்னு உருவான பின்ன எலெக்சன் நடத்தி சர்க்கார கொண்டு வந்துச்சினும்.

அக்டோபர் ரெண்டாம் தேதி சிகாமணி அண்ணாச்சி தலைமையில, கொச்சுமணியும், சகாக்களும் சேர்ந்து, மயிம ஸ்தலங்கள்ல மீட்டிங் நடத்துச்சினும். மீட்டிங்க முடிச்சிட்டு நாங்கல்லாம் பிரிந்து போனோம். கொச்சுமணியும், சசியும், பின்னே முத்தையனும், பள்ளம்விளை பொன்னுபிள்ள சகாவு வீட்டுத் திண்ணைல படுத்துருந்துச்சினும். எல்லாரும் ஒறங்குனாலும் ஒராளு முழிச்சிருந்து காவல் காக்கணும். ஆ சமயத்தில ரிசர்வ் போலீஸ் பட்டாலியன் ஆ ஸ்தலத்த சுத்தி வளச்சிச்சினும். எல்லாரும் நல்ல ஒறக்கம். போலீஸ், கொச்சுமணிக்க மேலுல தோக்கு வச்சி தட்டும்போள் கண்ணுமுழிச்சி பாத்த அவரு, உசாராவதுக்கு மின்ன நெலம கைமீறி போச்சி.

ஆ சமயத்தில் கம்யூனிஸ்ட் சகாக்கள் தற்காப்புக்கு ஆயுதம் வச்சிருக்க பார்ட்டி அனுமதிச்சிருந்துச்சி. கொச்சுமணிகிட்டயும் பாம் உண்டு. பட்ஷே அது கொறச்சி அப்புறம் இருந்திச்சி. பாம வெடிக்க வச்சு புகை வரும்போள் தப்பிச்சலாம்ங்கிற எண்ணம் உண்டு. அப்போள் போலீஸ்காரமாரு கொச்சுமணிக்க ரெண்டு கையயும், அசைச்ச ஒக்காதபடி கட்டிப் போட்டுணும். கையயும், காலயும் சங்கிலியால ஒண்ணுச்சி கட்டி அவர இழுத்துண்டு போவும்போள், கூட வந்த போலீஸ்காரமாரு தோக்குக்க மூட்டக் கொண்டு அடிச்சி இடிச்சே கொண்டு போச்சினும். கொச்சுமணிக்க கூட பிடிபட்டவியளயும் சேர்த்து குழித்துற ஜங்ஷன்லயிட்டு கண்ண மூடிண்டு அடிச்சினும்.

கொச்சுமணியும், மற்றவியளும் தளச்சயாவி, தாழ மயங்கி விழுந்தப்ப அப்படியே சங்கிலில கட்டி தரதரன்னு இழுத்துட்டுப்போய் குழித்துற லாக்கப்ல போட்டுச்சிணும். நாவு வறண்டு தலகெறங்கி வெள்ளம்... வெள்ளம்னு கொச்சுமணி கேட்டப்போள் போலீஸ்காரமாரு ஒரு மண் யானத்துல மோண்டு கொடுத்துச்சிணும். அத அவரு குடிச்சேல. பின்ன மீண்டும் இட்டு இடிச்சிணும். அதுக்க கொறச்சி சமயம் மும்பு எங்களயும் போலீஸ் புடிச்சி லாக்கப்புக்கு அகத்தாக்கிச்சி. நாங்க எங்க செல்லுல அடங்கி கெடக்கும்போள், கொச்சுமணியப் போட்டு அடிச்சிணும். அப்பல்லாம் கம்யூனிஸ்ட்னு அறிஞ்சாலே அடிதான்.

அப்போள் குழித்துற டி.எஸ்.பி.யா அச்சுதன் நாயர் இருந்தான். அவனுக்கு கம்யூனிஸ்ட்னாலே பிடிச்சாது. இஞ்ச அரசியல தாண்டி நாயர், நாடார் பிரச்னையும் இருந்திச்சி. நாடாமாருதான் சமரம், பெகளம் பண்ணுகதுனால நாயர் போலீஸ்மாருவளக் குழித்துறக்கி போடுவுணும். பின்னாடி நடந்த எல்லைப் போராட்டம் வர நாயர், நாடார் பிரச்னை இப்படியே தொடர்ந்திட்டுருந்திச்சி.

நாயர் போலீஸ்மாரு கண்மூடித்தனமா அடிப்புணும். சத்தியநேசன் நாடாரு போலீஸ்லருந்து போனதுக்கே இதும் ஒரு காரணம்னும் சொல்லுவுணும். போலீஸ்காரமாரு அடிக்கும்ப, கம்யூனிஸ்ட் பார்ட்டிக்க திட்டம் என்ன? ஆராரு நிங்களுக்கு சகாய்க்கதுன்னு கேட்டுக்கேட்டு அடிப்புணும். உத்திரம் சொல்லலன்னாலும் மிருகத்தனமா போட்டு இடிப்புணும். மரிச்சாலும் கொழப்பமில்லன்னு நாங்க செல்லமாட்டோம்.

நாங்க பாத்துட்டு இருக்கும்போள், கொச்சுமணிய தாழ இருக்கச் சொல்லிட்டு, ரெண்டு கை கட்ட விரலையும் கட்டி அதுக்குள்ள தலைய நுழைச்ச சொல்லி அடிச்சிணும். கழுத்து முதுகெல்லாம் அவருக்கு அடிபட்டு தடிச்சிப் போச்சி. அடிச்ச அடியில அலறிண்டே கெடந்தாரு. மூணு திவசமும் அதே சித்திரவததான்.

லாக்கப்ல ஒரு இருண்ட முறியுண்டு. அதுல கக்கூசல்லாம் கெடையாது. எல்லாத்துக்கும் புறத்தான் போவணும். மூத்திரம் வந்தா அங்கருக்க மண் யானத்துல மோளணும். அதை உடனே மாத்த மாட்டுணும். மூத்திரம் கூடிசேர்ந்து பயங்கர நாத்தமடிக்கும். அந்த நாத்தத்துக்குள்ளயே தார கஞ்சிய குடிச்சணும். கஞ்ச குடிச்ச ஒக்காது, குடிச்சாலும் சர்த்திப்பு வரும்.

ஆ முறியில கொச்சுமணிய அகத்தாக்குச்சிணும். அவருக்க கால் முட்டுக்க தாழ உள்ள எல்லு ஒடைஞ்சி புண்ணாவி, அதுலருந்து வெள்ளம் ஒழிகிற்றிருந்துச்சி. மத்தனா, பழுப்பு வரத் தொடங்கிச்சி. அஞ்சு திவசம் கழிச்சிதான், புண்ணுக்கு மருந்துப் போடவுட்டுணும். பின்ன எங்களெல்லோரயும் குழித்துற கோடதியில் ஆஜராக்கிச்சிணும். கொச்சுமணியால கோடதி படிக்கேற வைய்யம். அதனால கைத்தாங்கலா பிடிச்சிட்டுப் போச்சிணும். ஜட்ஜும் 14 திவசம் ரிமாண்ட் நல்கி அகத்தாக்குனாரு. பின்னயும் அடியும் தொடங்கிச்சி. எங்கள்ல கொஞ்சம் சகாக்கள வெளிய விட்டுச்சிணும். நாங்க வெளிய வரும்போள், கொச்சுமணி அனங்காமக் கெடந்தாரு. லாக்கப்புல்ல கொச்சுமணி மரிச்சிட்டாருன்னு தகவல் வந்துச்சி.

நாங்கள் புறத்திறங்கி போலீஸ் உண்டாக்கிய குரூரங்கள், எல்லாத்தயும் சொன்னோம். கம்யூனிஸ்டு கொடிமரத்தில் பறந்த செங்கொடிய பகுதில கட்டுனோம். கொச்சுமணி மரிச்சி போன தகவல் வியாபனமாயி, எல்லா ஸ்தலத்திலயும் கொடி பகுதில பறக்கத் தொடங்கிச்சி. பார்ட்டி சகாக்களும், ஜனங்களும் கரஞ்சிண்டே இருந்துச்சிணும். ஜெயில் டாக்டர் செக் பண்ணி பாத்துட்டு கொச்சுமணிக்கு ஜீவன் உண்டென்னு சொன்னாரு. ஆ விவரம் புறத்த வந்ததும், ஆத்தியம் வெட்டுமணி பாலத்துக்கிட்ட இருந்த கொடிமரத்தில பகுதில பறந்திட்டுருந்த கொடிய நா இழுத்து முகளில் பறக்க விட்டு கட்டுனேன். எல்லா ஸ்தலத்துலயும் கொடி உயர்ந்துச்சி.

ஜெயில் டாக்டர், கொச்சுமணிக்கி மருந்து கொடுத்தும் சரியாவல்ல. பின்னே வக்கீல் சங்கரப்பிள்ள கோடதில வாதிச்சி, கொச்சுமணிக்கு

ஜாமீயம் வேண்டுனாரு. அதின்ட செலவயும் தேவதாஸ் ஆசான்தான் செலவழிச்சாரு. ஜாமீயத்துல வந்த பொறவும் கால் நடக்க ஒக்கல. அதனால அவர கார்லதான் தூக்கிட்டு வந்திச்சிணும். நாப்பத்தோரு திவசம் பத்தியம் இருந்து, அகத்தும், புறத்தும் மருந்து, எடுத்து குடிச்சி மூணு மாசம் கழிஞ்சுதான் அவருக்கு நடக்க ஒக்குச்சி. வேட்டிய மடிச்சி கட்டும்போள் காலுல தழும்பு தெரியும். பிம்பும் அவரு அனக்கம் காட்டாத இருக்காம பார்ட்டி ஜோலிக்கி வந்தாரு. மேலிடமும் அவருக்குக் கூடுதலு பொறுப்புகள் நல்கி ஒவ்வொரு ஸ்தலத்திலயும், கிளைகள ஸ்தாபிக்கச் சொல்லுச்சி. எங்களயும் கூட்டிக்கொண்டு ஊர் ஊராப் போனாரு.

பின்னும் போலீஸ், சிகாமணியயும், கொச்சுமணியயும் தேடத் தொடங்கிச்சி. பின்னியும் ஒளிச்சிருப்பின் ஜீவிதம். வீட்டுக்கும் வர ஒக்காது. மணியமாருக்க, அம்மை சோத்தை ஒரு யானத்துல வச்சி, வீட்டுக்கப் பின்னாலிருக்கும் செடிக்க மூட்டுல வச்சிரும். ராத்திரில வந்து மணியம்மாரு களிச்சிட்டு போவுணும். அவர்கள் களிச்சிட்டுப் போனப் பிம்பு சத்தம் வரும். அதுக்கப் பிம்புதான் அம்மை ஒறங்க போவும். போலீஸ் கெடுபிடின்னா வர ஒக்காது. மத்தனா அந்த சோத்த எடுத்து அம்மை களையும். அம்மை கரையதப் பாத்துட்டு நாங்க ரகசியமா சந்திக்கும்போள் செல்லுவோம். அதக் கேக்கும்போள் மணியமாரும் கலங்குவுணும்.

புன்னபுரை வயலார் கேசுல, அரஸ்டாவி ஜெயிலுக்க அகத்தருந்த சகாவு அய்யப்பன் நிராகார சத்தியாகிரகம் செஞ்சி மரிச்சாரு. அதக் கண்டிச்சி, எதிர்ப்பு மீட்டிங்குகள நடத்த ஒளிவிலாயிருந்த கம்யூனிஸ்ட் பார்ட்டி நேதாக்கள் தீர்மாணிச்சிணும். அப்போள் தொடுவெட்டிலயும் மீட்டிங் நடந்திச்சி. சகாவு முத்தையன் பெரிய பாடகர். கூட்டம் தொடங்கேதுக்கு மும்பு புரட்சிகரப் பாட்டுகளப் பாடுவாரு. அதைக் கேக்குனவர்க்கும் உணர்ச்சி பொங்கும். ஆ கூட்டத்தில ‘புன்னபுரை வயலார் ரத்தசாட்சிகள் சிந்தாபாத்னு’ கோஷம் உயர்ந்தது. கோஷம்

உச்சத்தில் உயரும்போள் கொச்சுமணி பேசத் தொடங்குனாரு. அவ்வளவு தான், போலீஸ் வளச்சு பிடிச்சு கொச்சுமணியயும், முத்தையனையும் அரெஸ்ட் பண்ணி குழித்துற லாக்கப்புக்க அகத்தாக்கி, 'எடா முத்தைய்யா நீ வலிய பாட்டுக்காரன் அல்லேடா'ன்னு பறைஞ்ச போலீஸ்காரமாரு லத்தி கம்புக்க மொனைய முத்தைய்யனுக்க வாயப் பௌந்து உள்ள எறக்குச்சிணும். கம்பு தொண்டையில போயி அடச்சி வலியில அவரு கதறுனாரு. அதனால் சப்தம் புறத்தைக்கி வரல. பின்னு போலீஸ்காரமாரு சுத்தி நின்னு பரிவாடியத் தொடங்குச்சிணும்.

இன்னொரு பக்கம் கொச்சுமணியக் கட்டி தொங்க விட்டுருந்துணும். அவருக்க கால் பெருவிரல் மட்டும் தரையத் தொட்டுட்டுருந்திச்சி. அப்போள் ஆறடி ஒயரத்தில பாக்கவே கோலியாத் போலருக்கும், சாய்க்கோட்டான்னு சொல்லிய போலீஸ்காரன், கொச்சுமணியப் போட்டு இடிச்சி, காலுல கெடந்த பூட்ஸ் நுனி கொண்டு அவருக்க நெஞ்சுல ஓங்கி சவுட்டிட்டு 'நாற்பத்தோரு திவசத்துல நீ மரிக்குமடா. நீ மரிச்ச பின் நின்டே பொன்னார அச்சன் மருந்து கொண்டு எவிடப் போவுமடா?'ன்னு கத்திட்டு கெடந்தான். பின்னும் நல்லா அடிச்சி தலைகீழாத் தூக்கி இடிச்சான். அப்போள் கொச்சுமணி தளச்சயாவி விழுந்துட்டாரு. அந்த மயக்கம் மூணுதிவசம் இருந்துச்சி. திரும்ப ஓர்ம வந்தப்ப கையையும், காலையும் கயித்துல கட்டி தலைகீழாத் தூக்கி அடிச்சிணும். திருப்பியும் காலு புண்ணாவி ஈச்சி ஆடத் தொடங்கிச்சி. அதனால அசூகம் வந்து புண்ணு பழுத்து நாத்தம் வரத் தொடங்கிச்சி.

அதுக்கப் பிம்பு தக்கலை ஆசுபத்திரியில் கொண்டு வச்சி, வைத்தியம் பாத்து திரும்பவும் லாக்கப்பின்டெ பிரத்தேக முறிக்க அகத்தாக்குச்சிணும். சாய்க்கோட்டான் போலீஸ்காரன் கொறடி வச்சி, கொச்சுமணிக்க மீச முடி ஓரொன்னயும் வலிச்சி வலிச்சி இழுத்தான். கொச்சுமணி படுத்தப் படுக்கையாவி மூத்திரமும், பேதியும் படுக்கையிலயே போவ தொடங்கிச்சி. அதையும் உடனே மாத்தாததுனால, முறியே நாறிட்டு கெடந்துச்சி. அவருக்க சரீரம் பூரா சீலப்பேன் வந்துச்சி. அப்போள்தான்

கொச்சுமணிக்க பந்தக்கார ரெண்டுபேரு போயி மூத்திரச் சட்டியைத் தூக்கி, வெளிய ஊத்தி லாக்கப்ப தூத்துப் பெறக்கி பாயைத் தட்டி ஒதறும்போள் மூட்டப்பூச்சி தொளிஞ்ச்சின்னு சொல்லிச்சிணும்.

பின்னும் கொச்சுமணிக்கி ஓர்ம இல்லாதாவிச்சி. அதனால ஆசுபத்திரியில கொண்டுபோய் வைத்தியம் பாக்கும்போள், அவரு மரிச்சிருவாருன்னு அவருக்க குடும்பத்தப் போய்ப் பாக்க போலீஸ்காரமாரு சொல்லுச்சிணும். குடும்பமே தலைல அடிச்சிட்டு கரஞ்சிட்டே கெடந்து. நாங்க தள்ளி நின்னு நோக்கிட்டுருந்தோம். கொறச்சி சமயத்துல கொச்சுமணி மரிச்சிட்டாருன்னு போலீஸ் சொல்லிச்சி. விவரம் எல்லா ஸ்தலத்திலயும் எதிரொலிச்சிச்சி. கம்யூனிஸ்ட் கட்சி கொடி மீண்டும் பகுதில பறக்கத் தொடங்குச்சி.

ஆசுபத்திரில இருந்த பெண் டாக்டர் என்னல்லாமோ மருந்து குடுத்து கொச்சுமணிக்கி ஓர்ம வரவச்சி பிழைக்க வச்சிச்சிணும். இது போலீஸ்காரமாருக்கு இடி விழுந்த மாதிரி இருந்துச்சி. பின்ன பகுதில பறந்த கொடி எல்லா ஸ்தலத்திலயும் உயர்ந்துச்சி. ஆசுபத்திரியில கொறச்சி திவசங்கள் வைத்தியம் பாத்துட்டு, கொஞ்சம் கெச்சாப்பு கிட்டியதும், கோட்டாறு லாக்கப்பின்டெ அகத்த கொண்டு அடைச்சிச்சிணும். அவருக்க மேலருந்த கேசெல்லாம் நாரோயில் செசன்ஸ் கோடதிக்கு வந்துச்சி. கொச்சுமணிக்கி வாதாட வக்கீல்மாரும் யாரும் ஆஜராவல்ல. அதனால அவரேதான் வாதாடினாரு. அதுல ஒரு கேசுக்கு ஆறுமாசம் திருவனந்தபுரம் சென்ட்ரல் ஜெயில்ல அடைக்கச் சொல்லியும், இன்னொரு கேஸ்ல பதினாலு மாசம் குழித்துற ஜெயில்ல அடைக்கச் சொல்லியும் தீர்ப்பு வந்திச்சி. ஒளிவிலாயிருந்த சிகாமணி அண்ணாச்சியும் பின்ன போலீசில மாட்டி குழித்துற ஜெயிலுக்குப் போனாரு.

பிம்பு 1951ஆம் வருசம்தான் கம்யூனிஸ்ட் பார்ட்டிக்க மேலருந்த தடை நீங்கிச்சி. பார்ட்டி சகாக்களுக்க மேலருந்த எல்லா கேசும் ரத்தாச்சி. ஜெயில்ல இருந்த எல்லா கம்யூனிஸ்ட் சகாக்களும் புறத்த வந்திச்சிணும்.

கொச்சுமணிக்க ஒடம்பு தளர்ந்து மோசமா இருந்திச்சி. தேவதாஸ் ஆசான் வைத்தியம் பார்த்து மருந்து குடுத்து ஒடம்ப தேத்தி விட்டாரு. கொஞ்சம் தேறினதும் திரும்பயும் தோட்டத் தொழிலாளர் யூனியன், பார்ட்டி ஜோலின்னு போனாரு. கடைசிவர விவாகம் பண்ணல. பிம்பு மூணுவட்டம் எம்எல்ஏவாவி ஜனங்களுக்கு வேண்டி ஒழைச்சாரு, ஜீவிச்சாரு. அவருக்கக் கூட நாங்களும் இருந்தோங்கிறதே பெருமைதான்'

தாத்தாவையே கண்ணிமைக்காமல் நிருபன் பார்த்துக் கொண்டிருந்தான். தாத்தா தன் கைகளால் அவரது இரண்டு கால் மூட்டுக்குக் கீழ் தடவினார். அதில் தழும்புகள் நிறைந்திருந்தன. மெதுவாக நிருபன் தாத்தாவின் தோளைப் பற்றிப் பிடித்தான். அவன் கைகளுக்குத் தழும்புகள் தட்டுப்பட்டன. தாத்தா வலதுபுறம் ரோட்டைப் பார்த்தார். நிருபனும் பார்த்தான். கம்யூனிஸ்ட் கொடி அரைக்கம்பத்தில் பறந்துக் கொண்டிருந்தது. அதன்கீழ் வயதான ஒருவர் கையை உயர்த்தி 'லால் சலாம்' என்று சொல்லிக்கொண்டு நின்றார்.

அடைக்கலாபுரத்தில் இயேசு

அடைக்கலாபுரத்துக்குள் வெளியூர்க்காரர்கள் யாரும் வர மாட்டார்கள். பெண் கொடுக்கவும், எடுக்கவும் மாட்டார்கள். அப்படி எடுத்தாலோ, கொடுத்தாலோ மாப்பிள்ளை தாலிகட்ட வரும்போதோ அல்லது வீடுகாணப் போகும்போதோ அடிபிடி நடத்தி விடுவார்கள். எப்படியும் ஒரு மண்டை உடைந்துவிடும். அடிதடி, கஞ்சா வியாபாரம், பன்றி அறுப்பு, மாடு அறுப்பு என ஊரே கொஞ்சம் உறைந்த ரத்தக் கலரில் இருக்கும். ஊர் என்றால் மலையடிவாரக் கிராமமோ அல்லது வயல்களின் ஓரத்தில் அமைந்திருக்கும் எழில்மிகு வரிசை வீடுகளோ அல்ல. வேணாடு டவுன் தொட்டு இருக்கும் பெரிய தெருவும், ஏழு சின்னத் தெருக்களும்தான்.

ஊருக்கு நுழைவு வாசல் என்றால் அது காலேஜ் ரோடு. அதைவிட்டால் ஸ்டேட் பாங்க் எதிரே இருக்கும் தெரு வழியாகவும், பாலிடெக்னிக் எதிரே இருக்கும் தெரு வழியாகவும், ரேசன் கடைத்தெரு வழியாகவும் வரலாம். அடைக்கலாபுரத்தின் மூன்றாவது சின்னத் தெரு, சவுல் தெரு. அதற்குள்

இடதுபுறம் ஏழாவது வீடுதான் ராஜாவினுடையது. தெருவுக்குள் எப்போதும் நாற்றம் அடிக்கும். அதனால் மற்ற தெருக்காரர்கள் வைத்த பெயர் அழுக்குத் தெரு. அந்தத் தெருக்காரர்களிடம் யாராவது அழுக்குத் தெரு என்று சொன்னால் அவ்வளவுதான். வாய் புழுத்த கெட்ட வார்த்தை ஏச்சுகளும், கூடவே சிலநேரம் அடியும் கிடைக்கும்.

அடைக்கலாபுரத்தைப் பொருத்தவரை பெரிய தெருவில் மாட்டிறைச்சி வெட்டுவது பன்றி இறைச்சி வெட்டுவது என வீடுகளிலேயே வேலைகள் நடக்கும். தெருவின் கடைசியில் குளமும், தெருமுனையில் சுபம் தியேட்டரும் இருக்கிறது. முன்பெல்லாம் அதில் தமிழ் சினிமாக்கள் ஓடிக்கொண்டிருந்தது. ரஜினி நடித்த உழைப்பாளி படம் ஓடியபோது சிறுவயதில் ராஜா குடும்பத்தினரோடு போய் பார்த்தான். அதன்பின் கொஞ்சநாளில் அங்கே 'A' சர்ட்டிபிகேட் படங்கள் ஓடத்தொடங்கின. கொஞ்சம் கொஞ்சமாக உள்ளூர்க்காரர்களின் வருகையும் குறைந்தது. பெரும்பாலும் வேணாடு தவிர்த்து மற்ற ஊர்களில் உள்ளவர்கள் படம் பார்க்க வருவார்கள்.

அவர்களின் மனநிலை உற்சாகமாக இல்லாமல் முகத்தில் ஏதோ ஒரு பதட்டத்தோடே இருக்கும். படம் போடுவதற்கு சற்று நேரத்துக்கு முன்பு முகத்தை மறைத்தபடி தியேட்டருக்குள் ஓடுவார்கள். படம் முடியும் முன்பே வெளியேறி விடுவார்கள். அநேகமாக மாலைக் காட்சிகள் ஹவுஸ்·ஃபுல் ஆகிவிடும். அதற்கும் காரணம் உண்டு. சாயங்காலம்தான் அந்தப் பகுதியில் ஆட்கள் நடமாட்டம் குறைவாக இருக்கும். பகலில் படம் பார்க்கப் போனால் தெரிந்தவர்கள் யாராவது பார்த்துவிடுவார்களோ என்கிற பயம் இருக்கும். இரவுக் காட்சி பார்த்துவிட்டு திரும்புகையில் போலீஸ் பிடித்து 'எங்கருந்து வார?' என்று கேட்கும்போது 'படம் பாத்துட்டு வாரேன்' என்று சொன்னால், 'எந்த தியேட்டர், டிக்கெட்ட காட்டு' என்று கேட்பார்கள். சுபம் தியேட்டர் டிக்கெட்டைக் காண்பித்தால் 'என்ன பிட்டு படமா?' என்று அடுத்த கேள்வி வரும்.

சிலநேரம் போலீஸ்காரர்கள் படத்தின் கதையைக் கேட்பார்கள். அதைச் சொல்பவர்களுக்குக் கொஞ்சம் கூச்சமும் கேவலமும் இருக்கும். கதை சொல்லாவிட்டால் அடி கிடைக்கும். இதுபோல பல பிரச்னைகள் இரவுக் காட்சியில் இருப்பதால் ஆட்களின் வரத்து குறைவாக இருக்கும். அதனால் தியேட்டர் ஓனர் போலீசுக்குக் கொடுக்க வேண்டியதைக் கொடுத்து படம் பார்க்க வருபவர்களைப் பிடிக்கக்கூடாது என்று சொல்லி வைப்பார். சாயங்காலம் காட்சி என்றால் பிரச்னை இல்லை. படம் ஒன்பது மணிக்குள் முடிந்துவிடும். வண்டியிலோ பஸ்ஸிலோ ஏறிப் போய்விடலாம். அதற்காகத்தான் சாயங்காலக் காட்சிகள் ஹவுஸ்புல்லாக ஓடிக் கொண்டிருந்தன.

தியேட்டரில் வேலை செய்வது பக்கத்து ஊர்களான பழையபுதூர், கறிவெட்டிவிளை, ஓட்டுப்புறவிளையைச் சேர்ந்தவர்கள். உள்ளூர்க்காரர் யார் படம் பார்க்கப் போனாலும், அங்கு வேலை செய்பவர்களை எல்லாம் எதிர்கொள்ள வேண்டிருக்கும். தப்பித்தவறி படம் பார்க்க உள்ளே போய் விட்டாலும் போனவர்கள் பற்றிய தகவல் வெளியே வந்துவிடும். தியேட்டருக்கு வெளியே சிசிடிவி கேமரா என்பது நேர் எதிரே இருக்கும் சோமு டீக்கடை.

சோமு எப்போதும் தியேட்டர் வாசலைப் பார்த்துக் கொண்டிருப்பார். அவர் கண்ணிலிருந்து தப்பி யாரும் உள்ளே போய்விட முடியாது. அவர் கடையில் போடும் பருப்புவடை, 'அடடா என்ன பிரமாதம்!' என்று சொல்லி ஒருவடை தின்பவரும் இன்னொரு வடை தின்பார். அது தவிர உள்ளி வடையும், பணியாரமும் சூப்பராக இருக்கும். படம் பார்க்க வருபவர்கள் சோமு கடையில் டீ குடிப்பார்கள். அதன்பின் நேரெதிரே வாசல் என்பதால் ஒரே ஓட்டமாக தியேட்டருக்குள் மறைந்து விடுவார்கள்.

உள்ளூர்க்காரர்களுக்கு தியேட்டரில் என்ன காட்சி வருகிறது என்றெல்லாம் தெரியாது. அதைப் பார்க்கவேண்டும் என்கிற ஆசை ஒவ்வொரு ஆணுக்குள்ளும் இருந்துகொண்டே இருந்தது. ஆனாலும் ஒரு

தயக்கம் இருந்தது. வெளியில் ஆண் தோற்றம் என்றாலும் இந்த விஷயத்தில் மட்டும் ஒரு பரிதாப நிலை. வெளியூர் நண்பர்களை சந்திக்கும்போது சுபம் தியேட்டரில் என்ன படம் ஓடுகிறது என்று விசாரிப்பார்கள். அப்படி விசாரிப்பவர்களும் படம் பார்க்க வரமாட்டார்கள். தினத்தந்தியில் சுபம் தியேட்டரில் என்ன படம் ஓடுகிறது என்ற செய்தி வந்துவிடும். பொதுவாக ஆண்கள் அதைத்தான் பார்ப்பார்கள்.

ராஜா, ஹிட்லர்புரம் பள்ளிக்கூடத்தில் படித்துக் கொண்டிருந்தான். ஹிட்லர்புரத்தில் இரண்டாம் உலகப் போரில் பங்குபெற்ற நிறைய வீரர்கள் இருந்தார்கள். போருக்குப் போகாத பலரும் ஹிட்லரை ஆதரித்தனர். அதனால் ஊருக்கும் இரண்டு பெயர் வைத்தனர். ஹிட்லர் ஆதரவாளர்கள் ஹிட்லர்புரம் என்றும் மற்றவர்கள் கொம்மடிக்கோட்டை என்றும் வைத்தனர். ஆனால் பள்ளிக்கூடம் ஹிட்லர்புரம் என்றுதான் இருக்கிறது.

ஹிட்லர்புரம், பள்ளிக்கூடத்திற்கு அடைக்கலாபுரத்திற்கு அடுத்த ஊரான குருசாரிவிளையிலிருந்து மரகதம் டீச்சர் வேலைக்கு வந்து கொண்டிருந்தார். அவர், ராஜாவின் மூத்த பாட்டியின் மகள். உள்ளூர் பள்ளிக்கூடத்தில் சேர்த்தால் ஊர் பிள்ளைகளோடு சேர்ந்து அடிதடி, குடி, கஞ்சா என கெட்ட பழக்கங்கள் அவனை ஒட்டிக்கொள்ளும் என்று அருகிலிருந்த பள்ளிக்கூடங்களில் சேர்ப்பதைத் தவிர்த்து, ஆறாம் வகுப்பிற்கு மரகதம் டீச்சரோடு அனுப்பி வைத்தார்கள். தினமும் இருவரும் பஸ்ஸில் போய் வந்தார்கள்.

ஹிட்லர்புரத்தில் யாராவது அவனிடம் எந்த ஊர் என்று கேட்டால் அடைக்கலாபுரம் என்று சொல்லும்போது, கேட்டவர் கொஞ்சம் தயங்கித்தான் நிற்பார். அடைக்கலாபுரம் என்று சொன்னால் யாரும் அவ்வளவு சீக்கிரம் வேலை கொடுக்க மாட்டார்கள். பேசக்கூட யோசிப்பார்கள். சண்டைக்கு வருவதற்கும் அப்படித்தான். ஏனென்றால் மாவட்டத்தில் உள்ள எல்லா ஊர்களுக்கும் அடைக்கலாபுரத்தைப் பற்றித் தெரியும். அதிகமான ரவுடிகள் அங்கிருந்தே உருவானார்கள். தூக்குத்

தண்டனைக் கைதிகள், ஆயுள் தண்டனைக் கைதிகளென இப்போதும் அந்த ஊரைச் சேர்ந்தவர்கள் பலரும் சிறையில் இருக்கிறார்கள்.

அதனால் அடைக்கலாபுரம் என்றால் எல்லாருக்கும் கொஞ்சம் பயம்தான். யாராவது திட்டினாலும் அடித்தாலும் ஊரில் இருந்து ஆட்களை கூட்டிக்கொண்டு வந்துவிடுவார்கள் என்கிற ஒரு பெரும்பதட்டம் மற்றவர்களுக்கு உண்டு. ஆனால் அடைக்கலாபுரத்தில் இருப்பவர்களுக்கு இந்த பிரச்னை கிடையாது. ஊரில் இருக்கும் ஆண்கள், பெண்களைத் தொந்தரவு செய்வது கிடையாது. இரண்டு ஆண்கள் சண்டை போட்டுக் கொண்டிருக்கும்போது பெண்கள் வந்தால் ஒதுங்கி நின்று 'நீ போக்கா' என்று அந்தப் பெண் பத்தடி தாண்டிப் போனபின்தான் மறுபடியும் கெட்ட வார்த்தை பேசி சண்டை போடுவார்கள்.

பெரும்பாலும் அடைக்கலாபுரம் ஆண்களுக்கு சாரம் தொடைக்கு மேல்தான் இருக்கும். தினமும் ஒவ்வொரு தெருவிலும் இரண்டுபேர் அல்லது மூன்றுபேர் சண்டை போட்டுக்கொண்டே இருப்பார்கள். குடித்துவிட்டு வரும் ஆண்களை பெண்களும் அடிப்பார்கள். அழுக்குத் தெருவில் சுந்தர் சிங்கை அவரது அண்ணன் செல்லசிங், போஸ்ட் தூணில் கட்டி வைத்திருப்பார். போதை தெளிந்த பின்பு சுந்தர் சிங் வீட்டுக்குப் போவார். சுந்தர் சிங்கின் மனைவி பெந்தகோஸ்தே. எப்போதும் பைபிளும் கையுமாகத் தென்படுவார். சண்டை என்று வந்துவிட்டால் வசனங்கள் பிறந்த வாயில் பச்சை பச்சையாக வார்த்தைகள் வந்துவிழும்.

அழுக்குத் தெருவில் தண்ணீர் பிடிக்கும்போதும் பெரும் சண்டை நடக்கும். உலகத்தில் உள்ள அத்தனை கெட்ட வார்த்தைகளையும் அங்கு கேட்கலாம். கெட்ட வார்த்தைகளைக் கேட்பதற்காகவே ராஜா அடிக்கடி பைப் மூட்டுக்கு வந்து விடுவான். சில நேரம் கெட்ட வார்த்தைகளை மனனம் செய்து கொண்டிருப்பான். ஒருமுறை சாலம்மாள் பாட்டி வீட்டு மாடிப்படியிலிருந்து பெண்கள் ஏசும் ஏச்சுகளை நோட்டில் எழுதிக் கொண்டிருந்தான்.

அது வேறு எதற்காகவும் அல்ல, பள்ளிக்கூடத்தில் போய் மாணவர்களோடு பேசுவதற்குதான். அவன் எட்டாம் வகுப்பு படிக்கும்போது ஐந்து நிமிடம் தொடர்ச்சியாக கெட்ட வார்த்தை பேசுவான். ஆனால் சொன்ன வார்த்தை திரும்ப வராது. இதைப் பார்த்து மற்ற மாணவர்கள் ஆச்சரியப்படுவார்கள். கிளாஸ் லீடரான ஷோபனா இந்த விஷயத்தை கிளாஸ் டீச்சர் மல்லிகாவிடம் சொல்லிவிட்டாள். 'அது எந்த ஊர்லருந்து வருது? பின்ன அது இப்புடித்தான பேசும். இதெல்லாம் எங்க படிச்சி முன்னேறப் போவுது? எப்படியும் ஜெயிலுக்குத்தான் போகும்' என்று சொன்னார்.

இதைக் கேட்டதும் வகுப்பு மாணவர்களுக்கு வருத்தமாகி விட்டது. ராஜாவும் கலங்கி விட்டான். அதன்பிறகு யாரும் அவன் கெட்டவார்த்தைப் பேசுகிறான் என்று டீச்சரிடம் புகார் சொல்வது கிடையாது. அவன் ஊர் அடைக்கலாபுரம் என்று சொல்லுவதற்கு கொஞ்சம் கஷ்டமாகவே இருந்தது. யார் கேட்டாலும் குருசாரிவிளை என்றே சொல்லிவிடுவான். பெரும்பாலும் அவனைப் பற்றி ஏதாவது புகார் இருந்தால் மரகதம் டீச்சரிடம் சொல்லிவிடுவார்கள்.

ஆனால் ராஜாவும் சாதாரண ஆள் கிடையாது. வகுப்பில் முப்பத்தி எட்டு பேர் என்றால் முப்பத்தியேழாவது ராங்கோ அல்லது முப்பத்தி எட்டாவது ராங்கோதான் எடுப்பான். காலாண்டு, அரையாண்டு, முழுவாண்டு தவிர்த்து மற்றப் பரிட்சைகளில் எல்லாப் பாடத்திலும் பாசாக மாட்டான். எப்போதும் சண்டை, சேட்டை என இருப்பதால் அவனது வகுப்பு தாண்டி பக்கத்து வகுப்புகளுக்கும் அவனை நன்கு தெரியும்.

டீச்சர் இல்லாத நேரம் கிளாஸ் லீடர் அதிகமாகப் பேசியது என அவன் பெயரைத்தான் முதலில் எழுதியிருப்பாள். அதனால் பள்ளிக்கூடத்தில் அவனை அடிக்காத ஆசிரியர்களே கிடையாது. யாராவது அவனை டீச்சரிடம் மாட்டிவிட்டால் உட்காரும் இடத்தில் காம்பஸ் வைத்து குத்திவிடுவான். பெண் பிள்ளைகள் என்றால் அவர்கள் டிபன்பாக்ஸில்

இருந்து முட்டையைத் திருடித் தின்றுவிடுவான். அல்லது வேறு ஏதாவது பொருட்களை எடுத்து மறைத்து வைத்துவிடுவான். அவனை அடிக்கும் டீச்சர்களின் டிபன் பாக்ஸ்களிலிருந்தும் திருடி விடுவான்.

ராஜாவைப் பக்கத்தில் வைத்துக்கொண்டு எந்த ஆசிரியரும் கிளாஸ் நடத்துவது கிடையாது. அவனை வெளியில் அனுப்பி விட்டுதான் பாடம் நடத்தத் தொடங்குவார்கள். அதிலும் டிராயிங் டீச்சர் ஞானதீபம் கிளாஸ் ரூம் வாசலில் நின்று 'ஏ... ராஜா இங்க கொஞ்சம் வெளிய வா' என்று கூப்பிட்டு அவனை வெளியே விட்ட பின்தான் உள்ளே செல்வார். அப்போது அவனும் வெளியே இருப்பது கிடையாது. பக்கத்துக் கிளாஸில் போய் இருப்பான். அல்லது பள்ளிக்கூடத்தை ஒருசுற்று சுற்றி வருவான்.

அவன் வெளியே நிற்பதால் பள்ளிக்கூட சர்குலர்களை ஒவ்வொரு வகுப்புக்கும் கொண்டுபோய் கையெழுத்து வாங்குவான். மதியத்துக்கு முன்பு என்றால் சத்துணவு சமையல் கூடத்திற்கு போய்விடுவான். அங்கு காய்கறி வெட்டுவது, முட்டை தோடு உடைப்பது என சமையல் செய்யும் அக்காக்களுக்கு உதவியாக இருப்பான். அதனால் அவனுக்கு இரண்டு முட்டைகள் கிடைக்கும்.

அவன் செய்யும் சேட்டைகளால் பள்ளிக்கூடத்தில் அவனைத் தெரியாதவர்கள் யாருமே இல்லை. அசெம்பிளியில் ஒருநாள் திருக்குறள் பொருள் விளக்கம் வாசிக்கும்போது ராஜாவும் மைக் முன் நின்று வாசித்தான். அப்போது அவன் வாசித்த குறளின் விளக்கம் தப்பு என்று அருகில் நின்ற தலைமையாசிரியர் சொன்னார். உடனே அந்த இடத்திலேயே கையிலிருந்த பேப்பரைக் கிழித்துப் போட்டுவிட்டு விறுவிறுவென போய்விட்டான். தலைமையாசிரியருக்கு அதிர்ச்சியாகி விட்டது.

இப்படித்தான் அவன் இருப்பான் என்று சீக்கிரம் முடிவுக்கு வந்துவிட முடியாது. வகுப்பில் சித்ரா டீச்சர் பாடம் நடத்திக் கொண்டிருக்கும் போது ஐயப்பன் பிள்ளை சார் வருவதைப் பார்த்தால் 'டீச்சர், உங்கள லைன் விட

சார் வராரு' என்று சொல்லுவான். உடனே டீச்சர் அவனைப் போட்டு அடிக்கத் தொடங்குவார். அதைப் பார்க்கும் ஐயப்பன் பிள்ளை சார் 'என்ன இவ்ளோ வேகமா அடிக்கீங்க? என்று கேட்டால் டீச்சர் சொல்லத் தயங்கி நிற்பார். என்ன விஷயம் என்று தெரியாமல் ஐயப்பன் பிள்ளை சாரும் அவனை இரண்டு அடி அடிப்பார்.

சோமசுந்தரம் சார் கிளாஸ் நடத்தும்போது 'சார், நீங்க குடிச்சிட்டு கீழே விழுந்து கிடந்தது போலக் கனவு கண்டேன்' என்று சொன்னான். உடனே அவர் அவனை அடிக்கத் தொடங்கினார். ஒருமுறை அவனை அடிக்கும்போது டபாரென கீழே விழுந்து மூச்சை இழுத்துக்கொண்டு கிடந்தான். சாரும் 'டேய் எந்திரி எந்திரி' என்று கத்தினார். ஆனால் அவன் எழும்பவில்லை. முகத்தில் தண்ணீர் தெளித்தபிறகும் செத்த பிணம்போலக் கிடந்தான்.

உடனே ராஜாவின் நண்பன் கணேசன் 'சார், ராஜா செத்துப் போய்ட்டான்' என்றான். 'அவன் செத்துருக்க மாட்டான். நீ கத்தாதல' என்றார். கணேசன் வகுப்புக்கு வெளியே போய் 'சார் அடிச்சதுல ராஜா செத்துட்டான். ராஜாவ சார் அடிச்சே கொன்னுட்டாரு' என்று கத்திக்கொண்டே போனான். அதைக் கேட்டு பக்கத்து வகுப்பகளில் பாடம் நடத்திக் கொண்டிருந்த ஆசிரியர்கள் வந்து விட்டார்கள். மாணவர்களும் பதறி விட்டார்கள்.

ராஜாவைச் சூழ்ந்து நின்றவர்களை விலகச் சொல்லி, கெட்டி அட்டையால் காற்று வீசியபடியே எழுப்பினார். நீண்ட நேரம் நடிக்க முடியாமல் மயக்கத்தில் இருந்து எழும்புவதைப் போல எழுந்து உட்கார்ந்தான். கொஞ்ச நேரத்தில் சகஜமாகப் பேசத் தொடங்கினான். எல்லோரும் சிரித்து விட்டார்கள். அதன்பின்தான் சோமசுந்தரம் சார் ஆசுவாசமானார்.

அந்தச் சம்பவத்துக்குப் பின், அவர் அவன் மேல் கை வைப்பது கிடையாது. அவரைப் பழிவாங்க வேண்டும் என்று அவனுக்கு ஒரு திட்டம்

இருந்தது. அவரது மகள் சுதா அவனோடு வகுப்பில் படிக்கிறாள். அவளுக்கு, அவன் ஒருமுறை லவ் லெட்டர் கொடுத்தான். அவள் அதை சாரிடம் கொடுத்து விட்டாள். அதையும் சேர்த்து வைத்து சார் அடித்ததால் திட்டமிட்டு ராஜா இப்படி செய்து விட்டான்.

ராஜாவுக்கு வகுப்பறையில் இருப்பதைவிட விளையாட்டு மைதானத்தில் இருப்பதுதான் ரொம்பப் பிடிக்கும். வகுப்பின் வெளியில் உட்காரச் சொன்னால் மெதுவாக ஊர்ந்து மைதானத்திற்கு ஓடிவிடுவான். அங்கு எந்த வகுப்பு மாணவர்கள் விளையாடிக் கொண்டிருந்தாலும் அவர்களோடு சேர்ந்து விளையாடுவான். அவனை யாரும் கண்டு கொள்வது கிடையாது.

ட்ரெயினிங் டீச்சர்ஸ் யாராவது வந்தால் அவர்களிடமே ‘டீச்சர், நீங்க ரொம்ப அழகா இருக்கீங்க’ என்று சொல்லி வெட்கப்பட வைப்பான். ட்ரெய்னிங் டீச்சராக மணிகண்டன் வந்தார். ராஜா, ஆறாம் வகுப்பு படிக்கும்போது அதே பள்ளியில் மணிகண்டன் பத்தாம் வகுப்பு படித்துக் கொண்டிருந்தார். அரையாண்டு பரீட்சை எழுதும்போது ராஜாவும், மணிகண்டனும் அருகருகில் உட்கார்ந்து எழுதினார்கள். சமூக அறிவியல் பாடத்தில் வரலாறு தொடர்பான கேள்விகளுக்கு ராஜாதான் மணிகண்டனுக்குச் சொல்லிக் கொடுத்தான். அது தவிர மேப் வரைந்து அடையாளப்படுத்திக் கொடுத்தான்.

ராஜாவுக்கு வரலாறு மட்டும் பிடிக்கும். மரகதம் டீச்சர் பத்தாம் வகுப்புக்கு வரலாறு பாடம் எடுத்துக் கொண்டிருந்ததால் அவரின் புத்தகத்தை எடுத்துப் படித்துத் தெரிந்து கொண்டான். அப்படித்தான் அவன் மணிகண்டனுக்கு உதவி செய்தான். ட்ரெய்னிங் டீச்சராக மணிகண்டன் வந்ததில் ராஜாவுக்கு ரொம்ப சந்தோஷம். அதுவும் ராஜாவின் வகுப்புக்கு வரும்போது மணிகண்டன் ஏதாவது சொன்னால் ‘அண்ணே, ஒனக்கே சரியா ஒன்னும் தெரியாது. ஒனக்கு பரிட்சையில நாந்தானே சொல்லித் தந்தேன்’ என்று மாணவர்களின் முன்னால் சொல்லிவிடுவான். மணிகண்டன் பதில் பேச முடியாமல் நிற்பார்.

இப்படிப் போய்க் கொண்டிருக்கும்போது ஒருநாள் ராஜா வகுப்பில் எல்லோரிடமும் 'ல்தகா சைஆ இருக்கா?' என்று கேட்டுக் கொண்டிருந்தான். அவனது வகுப்பைத் தாண்டி அவனை விடப் பெரிய பெண்களிடமும் கேட்கத் தொடங்கினான். அது தொடர்ச்சியாக ட்ரெய்னிங் டீச்சர் முதல் ஏற்கனவே கிளாஸ் எடுத்துக்கொண்டிருக்கும் டீச்சர் வரை ஒவ்வொருவரிடமும் 'ல்தகா சைஆ இருக்கா?' என்று கேட்டான். வகுப்பில் வைத்து கேட்பதோடு அவன் நிறுத்தவில்லை. டீச்சர்களின் ஸ்டாப் ரூமுக்கும் போய் அங்கும் ஒவ்வொருவரிடமும் 'ல்தகா சைஆ இருக்கா?' என்று கேட்டான். யாருக்கும் எதுவும் புரியவில்லை. எல்லோரும் 'இல்லை இல்லை' என்று சொன்னார்கள். யாராவது 'என்னடே அது?' எனக் கேட்டாலும் பதில் சொல்லாமல் போய்விட்டான்.

ஸ்டாப் ரூமில் மல்லிகா டீச்சர் இருக்கும்போது மற்ற டீச்சர்கள் அவரிடம் 'என்ன ஒங்க கிளாஸ் ராஜா ஒவ்வொருத்தர்ட்டயா, ல்தகா சைஆ இருக்கான்னு கேட்டுட்டுப் போறான். என்ன விசயம்?' என்று கேட்டார்கள். 'அப்படியா! ல்தகா சைஆன்னா, காதல் ஆசை இருக்கான்னு அர்த்தம். அதை திருப்பி போட்டா ல்தகா சைஆன்னு தான் வரும்' என்று சொல்லிவிட்டு ராஜாவை ஸ்டாப் ரூமுக்குக் கூட்டிக்கொண்டுவர ஒரு மாணவனிடம் சொல்லி அனுப்பினார்.

'என்ன ராஜா ஏதோ இருக்குதான்னு கேட்டியாமே என்னதுடே அது?' என்று மல்லிகா டீச்சர் கேட்டார்.

'டீச்சர் ல்தகா சைஆ இருக்கான்னு கேட்டேன். ஆமா ஒங்கக்கிட்ட ல்தகா சைஆ இருக்கா டீச்சர்?' என்றான். இருக்கைகளில் அமர்ந்திருந்த டீச்சர்கள் ஒவ்வொருவராக எழும்பினார்கள். கொஞ்சம் பதட்டமடைந்த அவன் கண்களை உருட்டிப் பார்த்தான். என்ன செய்யப் போகிறார்கள் என்று யோசிப்பதற்குள், 'ல்தகா சைஆ இருக்குடே இங்க வா' என மல்லிகா டீச்சர் அருகில் அழைத்தார். அவன் வந்ததும் சட்டையைப் பிடித்துக்கொண்டு

‘நானும் ராஜேஷ் தியேட்டர்ல பிரண்ட்ஸ் படம் பாத்துட்டேன்’ என்று சொல்லிக்கொண்டே மறைத்து வைத்திருந்த கம்பால் அடிக்கத் தொடங்கினார். டீச்சரைத் தட்டிவிட்டு திமிறி ஓட முயற்சிக்கும்போது மற்ற டீச்சர்களும் அடிக்கத் தொடங்கினார்கள். ஜன்னல் வழியாக சாடி ஓடி விட்டான். அன்று முழுவதும் அவன் வகுப்பறைக்குள் வரவில்லை.

அதன்பிறகு பள்ளிக்கூடத்தில் எல்லாருக்கும் அது பிரண்ட்ஸ் படத்தில் விஜய் பேசும் வசனம் என்று தெரிந்தது. அவன் மறுபடி யாரிடமும் அப்படி கேட்கவும் இல்லை. மரகதம் டீச்சர் இந்த தகவல் அறிந்ததும், தன் பங்குக்கு ‘ஏம்ல எம் மானத்த வாங்குக’ என அடித்தார். எவ்வளவு அடி வாங்கினாலும், எந்த பயமோ, தயக்கமோ, பதட்டமோ இல்லாமல் ராஜா தினந்தோறும் பள்ளிக்கூடத்திற்கு வந்துகொண்டிருந்தான்.

குருசாரிவிளையிலிருந்து, அடைக்கலாபுரம் வந்து சுபம் தியேட்டர் வழியாக வேணாடு பஸ் ஸ்டாண்டில் பஸ் ஏறி பள்ளிக்கூடத்திற்கு மரகதம் டீச்சரும் ராஜாவும் போவார்கள். அதேபோல் திரும்பி வரும்போதும் அதே வழியில் வருவார்கள். ராஜா, டீச்சருக்காக சுபம் தியேட்டர் அருகில் காத்திருப்பான். என்ன படம் ஓடுகிறதோ அந்த படப் போஸ்டர்களை சுவரில் ஒட்டி இருப்பார்கள். ஷகிலா, பபிதா, பெயர்கள் போஸ்டரிலேயே போட்டிருப்பார்கள். வேறு நடிகைகளின் முகங்களை போஸ்டரில் அடிக்கடிப் பார்த்திருந்தாலும் பெயர்கள் தெரியாது. ஷகிலாவைத் தெரியாத ஆண்களே அடைக்கலாபுரத்தில் கிடையாது.

வேணாடு நகரத்திலும் சுபம் தியேட்டரில் ஓடும் படங்களின் போஸ்டரை ஒட்டி இருப்பார்கள். சாலையில் போகிறவர்களும், வருபவர்களும் அதை ஓரக்கண்ணால் பார்த்துக்கொண்டுதான் போவார்கள். ஆனால் அடைக்கலாபுரத்துக்காரர்களுக்கு அப்படியல்ல. தியேட்டர் இருக்கும் தெருவில்தான் போஸ்டர் ஒட்டி இருக்கும். அப்போதும் குனிந்த தலை நிமிராமல் ஆண்கள் நடப்பார்கள். போஸ்டரைப் பார்ப்பதை இன்னொருவன் பார்த்தால் கிண்டல் செய்து விடுவான் என்கிற நெருடல் இருந்து கொண்டிருக்கும்.

ராஜா சிறியவன் என்றாலும் இந்த பிரச்னை உண்டு. மரகதம் டீச்சரோடு போகும்போது பேசிக்கொண்டே போஸ்டரைப் பார்ப்பான். அப்போது ஷகிலா அல்லது வேறு ஏதாவது நடிகைகளின் முதுகில் 'A' என்று எழுதப்பட்ட நோட்டீஸ் பெரிதாக ஒட்டி இருக்கும். ஏன் முதுகில் ஒட்டி இருக்கிறார்கள் என்கிற கேள்வி எழும். பஸ் ஸ்டாண்ட் போகும்போதும் பெண்களின் முதுகைப் பார்த்தால் எதுவுமே இருக்காது. எந்தச் சலனமும் நெருடலும் இல்லை. பிறகு ஏன் 'A' என்று முதுகை மறைத்து ஒட்டி இருக்கிறார்கள் என்று யோசிப்பான். ஆனால் இதற்கான விடையை வேறு யாரிடமும் கேட்க முடியாது. கேட்டாலும் சொல்ல மாட்டார்கள் என்றும் அவனுக்குத் தெரியும்.

சுபம் தியேட்டரில் படம் பார்த்துவிட்டு சிலர் தியேட்டரின் பின்னால் இருக்கும் தோப்பில் ஒதுங்கப் போவார்கள். அப்படி யாராவது அங்கு சுற்றித் திரிந்தால் அடைக்கலாபுரத்து கஞ்சா கேசுகள் விசாரித்து இரண்டு அடி போட்டு அனுப்புவார்கள். அதனால் வந்தோமா, படம் பார்த்தோமா, போனோமா என்றுதான் இருப்பார்கள். அதுதவிர கஞ்சா வியாபாரம் அங்கு அதிகமாக இருப்பதால் வேணாடு போலீஸ் ஸ்டேஷன் ஜீப் அடிக்கடி ஊருக்குள் வந்து போகும். அதற்குப் பயந்தே எல்லாரும் படம் முடிந்ததும் ஓடிவிடுவார்கள்.

போலீஸ் வண்டி வரும் சத்தம் கேட்டால். கூடி நின்று பேசும் ஆண்கள் முதல் இளைஞர்கள் வரை ஓடுவார்கள். போலீசே இல்லாமல் ஜீப்பை டிரைவர் ஓட்டிக்கொண்டு வந்தாலும் இந்த பயம் இருக்கும். போலீஸ் வந்தால் யாரை எப்போது சந்தேக கேஸில் பிடித்துக்கொண்டு போவார்கள் என்று தெரியாது. வந்ததும் லத்தியால் அடிக்கத் தொடங்குவார்கள். பிறகுதான் கேள்வி கேட்பார்கள். அதற்கு பயந்து எல்லாரும் ஓடுவார்கள். பெரிய தெருவில் இளைஞர்கள் கூட்டமாக நின்று பேசினால் அவர்களின் அம்மாக்கள் வந்து அடி கொடுத்து விரட்டுவார்கள். இழுத்துக் கொண்டு போவார்கள்.

மாட்டிறைச்சியும், பன்றிறைச்சியும் தின்று, சூப் குடித்து ஜிம்மில் விளையாடி உடலை முறுக்கேற்றி வைத்திருக்கும் இளைஞர்கள் கொஞ்சம் தைரியமாக இருப்பார்கள். ஆனால் போலீஸ் ஜீப்பைப் பார்த்ததும் எல்லாரையும் போல அவர்களும் ஓட்டம் பிடிப்பார்கள். அடைக்கலாபுரத்துக்கு அறிவிக்கப்படாத 144 தான் எப்போதும்.

ராஜாவுக்கு வீட்டில் கடும் கண்டிப்பு உண்டு. அவன் எங்கும் சுற்றப் போகக்கூடாது. யாரோடும் பேசக்கூடாது. அதனால் அவனுக்கான சந்தோஷமும் கொண்டாட்டமும் பள்ளிக்கூடத்திலேயே இருந்தது. சுபம் தியேட்டர் படங்களைப் பற்றி கணேசனிடமும், மாணவர்களிடமும் பேசுவான். அவர்களுக்கும் அந்த தியேட்டரைப் பார்க்க வேண்டும் என்கிற ஆர்வம் இருந்தது.

பள்ளிக்கூடத்தில் விளையாட்டு மைதானத்திற்கு அடுத்திருக்கும் தென்னந்தோப்பு உடைமுள்வேலியில் மூத்திரம் பெய்து கொண்டிருக்கும்போது உள்ளே ஒரு புத்தகம் கிடப்பது தெரிந்தது. முட்களுக்குள்ளாக கையைவிட்டு அந்தப் புத்தகத்தை எடுத்துப் பார்த்தான். அட்டைப்படம் இல்லை. நோட்டைவிட சிறிய அளவில் இருந்த அதில் சில பக்கங்கள் கிழிந்திருந்தன. அவன் வாசிக்கத் தொடங்கினான். வாசிக்க வாசிக்க உடலிலும், மனதிலும் ஒரு மாற்றம் நிகழ்ந்து கொண்டிருந்ததை உணரமுடிந்தது.

அந்தப் புத்தகத்தின் சுவாரசியம் அவனை விடவில்லை. முதல் முறையாக அப்படி ஒரு புத்தகத்தை வாசிக்கிறான். வகுப்பில் குமரேசன் சார் பாடம் நடத்திக் கொண்டிருக்கும்போது கணக்கு புத்தகத்திற்குள் வைத்து வாசித்துக் கொண்டிருப்பதைக் கண்டுபிடித்துவிட்டார். அவர் புத்தகத்தை வாங்கிப் பார்க்கும்போது உள்ளே ஒரு சின்ன புத்தகம் இருந்தது. அதை எடுத்து வாசிக்கத் தொடங்கினார். இரண்டு மூன்று வரிகள் வாசித்ததும்

'இப்பவே ஒனக்கு இந்தப் புக்கு படிக்கணுமா?' என்று சத்தம் போட்டு நான்கு அடி கொடுத்தார். ராஜா பின்பக்கத்தைத் தடவிக்கொண்டு பெஞ்சில் உட்கார்ந்தான்.

குமரேசன் சார் பாடம் நடத்துவதை விட்டுவிட்டு அந்தப் புத்தகத்தை வாசிக்கத் தொடங்கினார். கிளாஸ் முடிந்து போகும்போது அவர் கொண்டுவந்த புத்தகத்துக்குள் வைத்து எடுத்துப் போனார். வாசலில் நின்று 'சார் என்னோட புக்கத் தந்துட்டுப் போங்க' என்று கத்திக் கேட்டான். 'நீ உள்ள போலே. வந்தேன்னா வெளுத்துருவேன்' என்று விரட்டினார். அவர் அதன்பிறகு எப்போதெல்லாம் வகுப்புக்கு வருகிறாரோ அப்போதெல்லாம் அவன் 'சார், எனக்க புக்க தாங்க சார், தாங்க சார்' என்று கேட்டு தொந்தரவு செய்வான். அதனால் அவனை அவர் வெளியே அனுப்பி விடுவார்.

பள்ளிக்கூடத்தில் ராஜாவை அதிகமாக அடிப்பது நாகராஜன் சாரும், சிவனேசன் சாரும்தான். அவனது கிளாஸ் டீச்சர் அவனை அடி வாங்க அனுப்புவதும் இந்த இருவரிடமும்தான். அவர்கள் பதினொன்று, பன்னிரண்டாம் வகுப்புக்குப் பாடம் நடத்துபவர்கள். கையில் எப்போதும் பெரிய கம்பு வைத்திருப்பார்கள். அது உடைமரமோ அல்லது புளியமரத்திலோ இருந்து வெட்டிய கம்புகள். அடிக்கும்போது சுளீரென்று இருக்கும். பலநேரம் மொழிக்கட்டையில் அடிப்பார்கள். அதற்காகவே பள்ளிக்கூடத்தில் யாருக்குமே அவர்களைப் பிடிக்காது.

உடல்நிலை சரியில்லை என்று ஒருநாள் ராஜா பள்ளிக்கூடத்துக்குப் போகவில்லை. அன்று சாயங்காலம் தூக்குவாளியில் டீ வாங்க சோமு கடைக்கு வந்தான். கடைக்குள்ளே நின்றுகொண்டு தியேட்டர் வாசலின் பக்கவாட்டுச் சுவரில் ஒட்டியிருந்த போஸ்டரைப் பார்த்தான். அப்போது இருவர் பைக்கில் வேகமாக உள்ளே போனார்கள். ராஜா டீக்கடையிலிருந்து தியேட்டருக்குள் வேகமாக ஓடினான். அந்தத் தியேட்டரில் 'A' படம் ஓடத் தொடங்கியபின் முதன்முதலாகக் காலடி

எடுத்து வைக்கிறான். அவன் ஓடியதைப் பார்த்த டீக்கடை சோமு அதிர்ச்சியாகி 'லே... லே...' என்று கூப்பிட்டார். அவன் அதற்குள் உள்ளே போய்விட்டான்.

பைக்கில் வந்த இருவரும் ஸ்டாண்ட் போட்டுவிட்டு தலையை சீவிக் கொண்டிருக்கும்போது 'வணக்கம் சார்! வணக்கம் சார்!' என்று சொன்னான். வந்த இருவரும் அதிர்ச்சியாகி விட்டார்கள். வந்தது வேறு யாருமல்ல சிவனேசன் சாரும் நாகராஜன் சாரும். அவர்களுக்கு இவனைப் பார்த்ததும் முகத்தில் ரேகைகள் விழத் தொடங்கின. சிவனேசன் சார் மெதுவாக அவன் தோளில் கையைப் போட்டு 'ராஜா, இங்க நீ எப்படி வந்த?' என்று அன்பாகக் கேட்டார். முதன்முறையாக அவரிடமிருந்து வந்த கனிவான பேச்சு அவனுக்குள் சந்தோஷத்தைக் கொடுத்தது.

'இதுதான் எங்க ஊரு சார். எதுத்த டீக்கடைக்கி டீ வாங்க வந்தேன். அப்பத்தான் நீங்க ரெண்டுபேரும் உள்ள வரத பாத்து, வணக்கம் சொல்லிட்டு போகலாம்னு வந்தேன்' என்றான்.

அதற்கு நாகராஜன் சார் 'வணக்கம் சொல்லக்கூடிய இடமா இது? பள்ளிக் கூடத்தில வச்சி என்னைக்காவது நீ வணக்கம் சொல்லிருக்கியா?' என்று கேட்டார்.

'இல்ல சார். இப்போ ஒங்கள எங்க ஊர்ல பாத்ததும் வணக்கம் சொல்லலாம்னு தோணுச்சி. ரொம்ப சந்தோஷமாருக்கு சார்' என்று சொன்னான்.

நாகராஜன் சாரும் ராஜாவின் தோளில் கையை போட்டு 'ராஜா எங்க ரெண்டு பேரையும் இந்த தியேட்டர்ல பாத்தேன்னு, பள்ளிக்கூடத்தில யார்கிட்டயும் சொல்லக்கூடாது சரியா' என்று சொல்லிவிட்டு பாக்கெட்டில் இருந்து பத்து ரூபாயை எடுத்து ராஜாவின் பாக்கெட்டில் வைத்தார்.

பாக்கெட்டை ஒருமுறை திறந்து பார்த்துக்கொண்டு சிரித்துவிட்டு 'சரி சார் நான் சொல்ல மாட்டேன். ஆனா நீங்களும் என்னைப் பள்ளிக்கூடத்துல அடிக்கக்கூடாது. என்னை அடிச்சிங்கன்னா நா பள்ளிக்கூடத்தில நீங்க ரெண்டுபேரும் பிட்டுபடம் பாக்க வந்ததச் சொல்லிருவேன்'

'இல்ல நாங்க ரெண்டுபேரும் ஒன்ன அடிக்க மாட்டோம்' என்று சொன்னார்கள்.

ராஜா மெதுவாக தியேட்டரில் இருந்து வெளியே வந்து, வாசலில் நின்று திரும்பிப் பார்த்தான். இருவரையும் காணவில்லை. டீக்கடை சோமு அண்ணன் 'என்னடே சொல்லாம கொள்ளாம உள்ள ஓடிப் போயிட்ட?' என்று கேட்டார்.

'இல்லண்ணே. எங்க பள்ளிக்கூடத்துக்க பக்கத்துல உள்ளவங்க வந்தாங்க. அதான் போய் பாத்தேன்'

'அப்படியா. நாங்கூட நீ படம் பாக்கப் போயிட்டியோன்னு பயந்துட்டேன்'

'இல்லண்ணே இல்ல' என்று சொல்லிக்கொண்டே பாக்கெட்டில் இருந்த பத்து ரூபாயைக் கொடுத்து மூன்று பருப்பு வடையும், டீயும் வாங்கிக்கொண்டு போனான்.

மறுநாள் பள்ளிக்கூடத்தில் இருவரையும் பார்க்கும்போது 'வணக்கம் சார்... வணக்கம் சார்...' என்றான். உடனே ரொம்ப சந்தோஷமாக சிவனேசன் சாரும், நாகராஜன் சாரும் 'வணக்கம். வணக்கம்' என்று சொன்னார்கள்.

ராஜாவின் அக்கிரமம் அதிகமாகிக் கொண்டே இருந்தது. டீச்சர், பக்கத்து வகுப்பில் பாடம் நடத்திக் கொண்டிருக்கும் சிவனேசன் சாரை அழைத்து அடிக்கச் சொன்னார். அவரோ, 'அய்யய்யோ, அவென்சின்ன

பையன். தெரியாம பண்ணிருப்பான். இனிமே அப்படிச் செய்யமாட்டான். நீ நல்ல பையனா இருக்கணும் ராஜா' என்று சொல்லித் தோளைத் தட்டிக்கொடுத்துப் போனார்.

இதைப் பார்த்த டீச்சருக்கு ஆச்சரியம். ராஜாவுக்கு முகத்திலோ புன்னகை. என்ன இது ராஜாவை அடிக்க வேண்டும் என்றால் ஆர்வமாக வரும் சிவனேசன் சாரும், நாகராஜன் சாரும் ஏன் அடிக்கவில்லை என்று பள்ளிக்கூடத்தில் இருந்த ஆசிரியர்களுக்கும், மாணவர்களுக்கும் மர்மமாகவே கடைசிவரை இருந்தது.

ஊரில் அவனுக்கு நண்பன் என்றால், பின் காம்பவுண்டில் இருக்கும் பிரதீப்தான். அவன் ராஜாவைவிடப் பெரியவன். கல்லூரியில் படித்துக் கொண்டிருந்தான். பெரியவன் என்றாலும் பிரதீப் என்றுதான் கூப்பிடுவான். ராஜா ஒருநாள் வீட்டில் எல்லாரும் உறங்கியபின் இரவு பத்துமணிக்கு மேல் உறக்கம் வராமல் டி.வி. பார்க்க டியூன் செய்து கொண்டிருந்தான். அது பழைய பிளாக் அண்ட் வொயிட் டி.வி. என்பதால் ஏரியல் ஆண்டனா உண்டு. சில நேரம் பக்கத்து வீடுகளில் சி.டி. ப்ளேயரில் போடும் படங்களை ஆண்டனா ரிசிவ் செய்து ராஜாவின் வீட்டு டிவிக்குக் கொடுக்கும். அதற்காகத்தான் டியூன் செய்து கொண்டிருந்தான்.

அப்போது திடீரென அவனுக்கு அதிர்ச்சியாகி விட்டது. டிவியில் ஆபாசப் படம் ஓடிக் கொண்டிருந்தது. முதல்முறையாக ஆபாசப் படத்தைப் பார்க்கும்போது உள்ளக்குள் ஒரு பரபரப்பு உண்டாக்கி, அது படபடப்பாகி டிவியை சுவர் பக்கமாகத் திருப்பி வைத்து சத்தம் வராதபடி பார்த்துக் கொண்டிருந்தான். அந்தப் படம் ஓடி முடிந்ததும் எதுவும் டிவியில் வரவில்லை. மறுபடியும் டியூன் செய்தான் வரவில்லை. அப்படியே படுத்து உறங்கிவிட்டான். மறுநாள் காலையில் எந்த வீட்டிலிருந்து படம் வந்திருக்கும் என்று கண்டுபிடிப்பதில் ஆர்வமானான்.

வெளியே உயரமாக நிற்கும் ஆண்டனாக்களைப் பார்த்தான். அதில் பிரதீப் வீட்டிற்கு இரண்டு வீடு தள்ளி இருக்கும் முருகேசன் அண்ணன்

வீட்டு ஆண்டனா தெரிந்தது. அந்தப் பெரிய ஆண்டனா ராஜா வீட்டு ஆண்டனாவைப் பார்த்து இருந்தது. அவர், அந்தப் படங்களைப் பார்த்துக் கொண்டிருக்கும்போது ராஜா வீட்டு டிவியிலும் தெரிந்தது. இதை ராஜா, மெதுவாக பிரதீப்பிடம் சொல்லிவிட்டான்.

அவனும், அவர் எதிரில் வரும்போது 'என்ன முருகேசண்ணே நேத்தைக்கி இங்கிலீஷ் படமா? வெள்ளக்காரன் வந்துருக்கானே' என்று கேட்டான். அவருக்கு பெரும் அதிர்ச்சியாகி விட்டது. எதுவும் பேசாமல் போய்விட்டார். அன்று இரவும் அவர் பார்த்த படம் ராஜாவின் வீட்டில் தெரிந்தது. மறுநாளும் அதை அவன் பிரதீப்பிடம் சொன்னான். மறுபடியும் முருகேசனிடம் 'என்னண்ணே, நேத்து படம் பயங்கரமா இருந்துச்சா?' என்று பிரதீப் கிண்டல் செய்தான். அவர் அதிர்ந்து போய்விட்டார். யாரிடமும் சொல்லவில்லை. அவனை ஏசவும் இல்லை. வீட்டிற்குப் போனவர் எப்போதும்போல இரவு நேரத்தில் படம் பார்க்கும் முன் பிரதீப் வீடுவரை வந்து பார்த்துவிட்டுப் போனார். அவன் வீட்டுக் கதவு உள்பக்கமாகக் கொண்டி வைக்கப்பட்டிருந்தது.

அன்று ராஜா வீட்டில் யாரும் உறங்காமல் பேசிக் கொண்டிருந்தார்கள். எல்லாரையும் 'வாங்க உறங்கப் போவோம்' என அவன் நச்சரித்துக் கொண்டிருந்தான். பன்னிரெண்டு மணி தாண்டியே எல்லாரும் உறங்கினார்கள். அடுத்த நாள் படம் தெரியவில்லை. ராஜா வீட்டுக்கு வெளியே வந்து ஆண்டனாவை திருகித் திருகி பார்த்தான். அப்போதும் தெரியவில்லை. மறுநாள் காலையில் முருகேசன் அண்ணன் வீட்டு ஆண்டனாவைப் பார்த்தான். அவர் வேறு பக்கமாகத் திருப்பி வைத்திருந்தார்.

அதனால் அவர் வீட்டில் இல்லாத பகல் நேரம் மெதுவாக அவர் வீட்டு ஆண்டனாவை தன் வீட்டுப் பக்கமாகத் திருப்பி வைத்துவிட்டான். இரவு படம் தெரிந்தது. மறுநாள் பிரதீப்பிடம் கதை சொன்னான். இப்படித் தொடரவே ஒருநாள் அவர் பிரதீப்பைப் பார்த்து 'அடப்பாவிகளா

புலிக்குத்தி 158

நீங்கல்லாம் நல்லாவே இருக்க மாட்டீங்க. ஒரு படத்தக் கூட ஒங்களால நிம்மதியாப் பாக்க முடியல' என்று திட்டிக்கொண்டே அவர் வீட்டு ஆண்டனா கம்பை வெட்டுக்கத்தியால் ஓங்கி வெட்டினார். கம்பு இரண்டாக முறிந்து விழுந்து ஆண்டனாவும் கீழே சரிந்தது.

வெளியே சொல்ல முடியாத இந்த விஷயம் அப்படியே அவர்களுக்குள் ஒரு கிண்டலான நினைவாக மாறிப்போனது. அதற்குப் பிறகு அவரிடம் சி.டி. கேட்கத் தொடங்கினார்கள். கொஞ்சநாளில் முருகேசன் அண்ணன் வீட்டை காலி செய்து வேறு ஊருக்கே போய்விட்டார். பிரதீப்பும் 'லே ஒன்னால ஒருத்தர் வீட்டையே காலி பண்ணிப் போயிட்டாரு. அவர நீ அந்தளவு பாடு படுத்திருக்க' என்று கிண்டலாகச் சொல்வான். அதற்கு ராஜா 'நா ஒங்கிட்ட கதை சொன்னா ஒன்ன யாரு அவர்கிட்ட கேக்கச் சொன்னது?' என்று திருப்பித் திட்டுவான்.

அதன் பிறகு அந்தப் பகுதியில் யாரும் அப்படிப்பட்ட படங்களைப் பார்ப்பதில்லை. என்னதான் டிவியில் படம் பார்த்தாலும் ஒருநாளாவது சுபம் தியேட்டரில் போய் படம் பார்க்க வேண்டும் என்ற ஆசை அவனுக்குள் இருந்தது. கொஞ்சநாளில் சுபம் தியேட்டரில் ஓடிக் கொண்டிருந்த 'A' படங்கள் நிறுத்தப்பட்டு கட்டிட வேலைகள் நடந்து கொண்டிருந்தது. தியேட்டரில் இனி படம் ஓடாது என்று சொன்னார்கள். சுற்றி பெயிண்ட் அடித்து சினிமா போஸ்டர்கள் ஒட்டிய இடத்தில் பைபிள் வசனங்களை எழுதத் தொடங்கினார்கள். தியேட்டர், ஜெபக்கூடாரமாக மாறுகிறது என்ற தகவல் ஊர் முழுக்கப் பரவியது.

ஜெபக் கூடாரத் திறப்பு விழாவன்று வெளியூரிலிருந்து வண்டி வண்டியாக ஆட்கள் வந்தார்கள். வந்தவர்கள் ஞாயிற்றுக்கிழமை ஜெபம் முடிந்து போகும்போது மாட்டு இறைச்சி வாங்கிக்கொண்டு போனார்கள். அடைக்கலாபுரத்தில் இறைச்சி வியாபாரம் சூடுபிடித்தது. டீக்கடை சோமு அண்ணன் ஜெபக்கூடாரமான தியேட்டருக்குள்ளே போகும் யாரையும் கூர்ந்து பார்ப்பதில்லை. அடைக்காலபுரத்தில் இருந்தும் ஆண்களும், பெண்களும் ஜெபக்கூடாரத்துக்குப் போகத் தொடங்கினார்கள்.

தியேட்டராக இருக்கும்போது போக வேண்டும் என்று ஆசைப்பட்ட ராஜாவும் ஒரு ஞாயிற்றுக்கிழமை காலையில் உள்ளே போனான். அவனுக்கு ஜெபக்கூடாரத்திற்குள் செல்லும் உணர்வு இல்லாமல் தியேட்டருக்குள் போவதாகவே உணர்ந்தான். கொஞ்சம் தயக்கத்துடனும் பயத்துடனும் படியேறி இடதுபுறம் இருந்த டிக்கெட் கவுண்டரைப் பார்த்தான். இப்போது அதில் டிக்கெட் எடுக்க யாரும் வரிசையில் நிற்கவில்லை. யாரும் டிக்கெட் கொடுக்கவும் இல்லை. பைக் பார்க்கிங்கில் ஜெபக்கூட்டத்திற்கு வருபவர்கள் பைக்கை நிறுத்திக் கொண்டிருந்தார்கள். கதவை இழுத்து உள்ளே போகும்போது தியேட்டரில் இருந்த அதே இருக்கைகள் மாற்றப்படாமல் அப்படியே இருந்தன.

எல்லோரும் பரவசத்துடன் பாடல்களை பாடிக் கொண்டிருந்தார்கள். பின்னால் கடைசி வரிசையில் ராஜாவும் நின்று பார்த்தான். 'ஹாலேலுயா' என்று மைக்கில் சத்தமாக ஒருவர் சொன்னார். தியேட்டர் திரை மேல்நோக்கி மெதுவாக உயர்ந்தது. இரண்டு கைகளை விரித்தபடி இயேசு திரையில் தோன்றினார்.